ഗണിതശാസ്ത്രം

ശാസ്ത്രങ്ങളുടെ റാണി

ganithasasthram
sasthrangalude rani

•

dr. m jathavedan

•

first edition
october 2009

•

second edition
october 2012

•

second impression
january 2021

•

typesetting & published
chintha publishers, thiruvananthapuram

•

cover
blackmole

•

വിതരണം

ദേശാഭിമാനി ബുക്ക് ഹൗസ്

H O തിരുവനന്തപുരം-695 035
www.chinthapublishers.com
chinthapublishers@gmail.com

ബ്രാഞ്ചുകൾ

ഹെഡ്ഡാഫീസ് കുന്നുകുഴി • ഓവർബ്രിഡ്ജ് തിരുവനന്തപുരം • കെ എസ് ആർ ടി സി ബസ് സ്റ്റേഷൻ ആലപ്പുഴ • കെ എസ് ആർ ടി സി ബസ് സ്റ്റേഷൻ എറണാകുളം • ഐ ജി റോഡ് കോഴിക്കോട് • കെ എസ് ആർ ടി സി ബസ് സ്റ്റേഷൻ കോഴിക്കോട് • എൻ ജി ഒ യൂണിയൻ ബിൽഡിങ് കണ്ണൂർ • സെൻട്രൽ ബസ് ടെർമിനൽ കോംപ്ലക്സ് താവക്കര കണ്ണൂർ

CR - VV. 56 / 1163 / 3020
ISBN - 978-93-82328-32-2

ഗണിതശാസ്ത്രം
ശാസ്ത്രങ്ങളുടെ റാണി

ഡോ. എം ജാതവേദൻ

ചിന്ത പബ്ലിഷേഴ്സ്
തിരുവനന്തപുരം-695 035

ഡോ. എം ജാതവേദൻ

തൃശൂർ ജില്ലയിലെ ഒല്ലൂക്കരയിൽ 1950-ൽ ജനനം. ശ്രീകൃഷ്ണപുരത്ത് (പാലക്കാട് ജില്ല) മാടമ്പി മന അംഗമാണ്. അച്ഛൻ ശ്രീ. എം സി നീലകണ്ഠൻ നമ്പൂതിരി. അമ്മ: ശ്രീമതി സാവിത്രി.

സ്കൂൾ വിദ്യാഭ്യാസം ഒല്ലൂക്കര, മണ്ണാർക്കാട് എന്നിവിടങ്ങളിൽ. കോളേജ് വിദ്യാഭ്യാസം തൃശൂർ സെന്റ്തോമസ് കോളേജിൽ. ബിരുദാനന്തര ബിരുദത്തിനുശേഷം ഗവേഷണം കുരുക്ഷേത്ര റീജിയണൽ എഞ്ചിനീയറിങ് കോളേജിലെ (ഇപ്പോൾ നാഷണൽ ഇൻസ്റ്റിറ്റ്യൂട്ട് ഓഫ് ടെക്നോളജി) ഗണിതശാസ്ത്ര വകുപ്പിൽ. കാന്തശക്തിയുള്ള ദ്രാവകങ്ങളുടെ ബലതന്ത്രത്തെക്കുറിച്ചുള്ള പഠനത്തിന് ഡോക്ടറേറ്റ്. അതിനുശേഷം ഒരുവർഷക്കാലം ചെന്നൈ ഇന്ത്യൻ ഇൻസ്റ്റിറ്റ്യൂട്ട് ഓഫ് ടെക്നോളജിയിൽ സമുദ്രശാസ്ത്ര ഗവേഷണരംഗത്ത് റിസർച്ച് അസോസിയേറ്റ്. 1978 മുതൽ കൊച്ചി ശാസ്ത്രസാങ്കേതിക സർവകലാശാലയിലെ ഗണിതശാസ്ത്രവകുപ്പ് പ്രൊഫസർ. 2004-07 കാലത്ത് വകുപ്പുമേധാവിയായിരുന്നു.

ഗവേഷണരംഗം-ദ്രവബലതന്ത്രവും അനുബന്ധവിഷയങ്ങളും. അധ്യാപന-ഗവേഷണരംഗത്തെന്നപോലെ സംഘടനാരംഗത്തും തൽപ്പരൻ.

ഭാര്യ : കുമരപുരം കോവിലകാംഗമായ ശാരദ.
മക്കൾ : അഡ്വ. ജതീൻ, ആതിര, നമിത

ഉള്ളടക്കം

പ്രസാധകക്കുറിപ്പ്

വിജ്ഞാനവർഷം പുസ്തകപദ്ധതിയിൽ ഗണിതശാസ്ത്ര സംബന്ധിയായ രണ്ടു പുസ്തകങ്ങളാണ് ഉൾക്കൊള്ളിച്ചിട്ടുള്ളത്. ഈ രണ്ടു പുസ്തകങ്ങളും എഴുതിയത് കൊച്ചി ശാസ്ത്ര സാങ്കേതിക സർവകലാശാല ഗണിതശാസ്ത്ര വകുപ്പിലെ പ്രൊഫസറായ ഡോ. എം ജാതവേദനാണ്. *ഗണിതശാസ്ത്രം: ശാസ്ത്രങ്ങളുടെ റാണി*, *സമകാലിക ഗണിതശാസ്ത്രം: ബീജഗണിതം മുതൽ* എന്നീ രണ്ടു പുസ്തകങ്ങളും പരസ്പര പൂരകങ്ങളും ഒന്ന് മറ്റേതിന്റെ തുടർച്ചയുമാണ്. ഗണിതംപോലെ ഗൗരവമേറിയ ഒരു വിഷയം അയത്നലളിതമായും ഹൃദ്യമായും അവതരിപ്പിച്ചിരിക്കുന്നു എന്നതാണ് ഈ ഗ്രന്ഥങ്ങളുടെ സവിശേഷത.

1

ഗണിതശാസ്ത്രത്തിന്റെ ജനനം

സംഖ്യാ ദൈവങ്ങളേ, ഞങ്ങളെ അനുഗ്രഹിക്കേണമേ. മനുഷ്യരെ മാത്രമല്ല ദേവന്മാരെപോലും നിങ്ങളാണ് സൃഷ്ടിച്ചത്. വിശുദ്ധ സംഖ്യകളേ, ആദ്യന്തമില്ലാത്ത ഈ സൃഷ്ടിപ്രവാഹത്തിന്റെ ആധാരവും അന്തഃസത്തയും നിങ്ങളാണെന്ന് ഞങ്ങൾക്കറിയാം...

ആദ്യത്തെ ശുദ്ധഗണിത ശാസ്ത്രജ്ഞനെന്ന് അറിയപ്പെടുന്ന പൈതഗോറസിന്റേയും ശിഷ്യന്മാരുടെയും പ്രാർഥനയായിരുന്നു ഇത്. എല്ലാ മതങ്ങളും ദൈവങ്ങളെ സൃഷ്ടിച്ചിട്ടുള്ളതുപോലെ പൈതഗോറസിന്റെ 'ശാസ്ത്രമതം' സൃഷ്ടിച്ച ദൈവങ്ങളായിരുന്നു സംഖ്യകൾ. എല്ലാ മതങ്ങളും ദൈവങ്ങൾക്കൊപ്പം അസുരന്മാരെയും സൃഷ്ടിച്ചപോലെ ഈ മതത്തിലും അസുരന്മാരുണ്ടായിരുന്നു - അപരിമേയ സംഖ്യകൾ. ഇവയിലേക്ക് ആരുടെയെങ്കിലും ആരാധന വഴിപിഴച്ചു പോയെങ്കിലോ എന്ന ഭയംമൂലം അവർ അവയെ ഗോപ്യമായി സൂക്ഷിച്ചു. മാത്രമല്ല ഈ രഹസ്യം പുറത്തുവിട്ട - ഏറ്റവും ഹീനമായ മതനിന്ദ ചെയ്ത - ഹിപ്പായുസിനെ അവർ കടലിൽ മുക്കിക്കൊന്നു. ശാസ്ത്രകാരന്മാരുടെപോലും മതസമാനമായ മൗലികവാദത്തിന്റെ ആദ്യത്തെ രക്തസാക്ഷി!

പൈതഗോറസ്

ഈ മൗലിക വാദത്തിൽനിന്ന് ആധുനിക ഗണിതശാസ്ത്രത്തിലേക്കുള്ള നീണ്ട യാത്രയിൽ കാണാവുന്ന കാഴ്ചകളിൽ ചിലവയാണ് ഈ ചെറുഗ്രന്ഥത്തിന്റെ ഉള്ളടക്കം.

രണ്ട് ചാലുകൾ

> ചരിത്രം പരിശോധിച്ചാൽ മനുഷ്യാനുഭവങ്ങളുടെ ഓരോരോ മേഖലകൾ ശാസ്ത്രത്തിന്റെ ചട്ടക്കൂടിലേക്ക് കടന്നുവന്നത് നിയതമായ ഒരു ക്രമത്തിലാണെന്നു കാണാം - ഗണിതശാസ്ത്രം, ജ്യോതിശാസ്ത്രം, ബലതന്ത്രം, ഭൗതികം, രസതന്ത്രം, ജന്തുശാസ്ത്രം, സാമൂഹ്യശാസ്ത്രം എന്നിങ്ങനെ. ഗണിതശാസ്ത്രത്തിന്റെ തന്നെ ആദ്യശാഖകളായ അങ്കഗണിതവും ജ്യാമിതിയും ലിപികൾ കണ്ടുപിടിക്കുന്നതിനു മുമ്പുതന്നെ പിറവിയെടുത്തു.

ചരിത്രത്തിൽ - സാമൂഹ്യ പുരോഗതിയിൽ തന്നെ - ശാസ്ത്രത്തിന്റെ പങ്കിനെക്കുറിച്ച് പഠനം നടത്തിയ ശ്രീ. ജെ ഡി ബർണാലിന്റെ അഭിപ്രായമാണ് മുകളിൽ കൊടുത്തിട്ടുള്ളത്. ഏതൊരു ശാസ്ത്രത്തിന്റേയും അടിവേരുകൾ തേടിപ്പോയാൽ സംസ്കാരത്തിന്റെ ഉർവരഭൂമിയിൽ നാനാദിശകളിൽ അവ പടർന്നു കിടക്കുന്നതു കാണാം; കലകളുടെയും അവയുടെ വിവിധ സ്ഥാപനങ്ങളുടെയും ചരിത്രത്തിൽ ആണ്ടിറങ്ങിയതായും. ഏറ്റവും പഴയ ശാസ്ത്രശാഖയായ ഗണിതശാസ്ത്രത്തിന്റെ കാര്യത്തിൽ ഇത് ചരിത്രാതീതകാലത്തോളംതന്നെ എത്തിയിട്ടുണ്ടെന്നു പറയാം.

കാലപ്രവാഹത്തിൽ ഗണിതശാസ്ത്രം രണ്ടു ചാലുകളിലൂടെയാണ് പ്രയാണം ആരംഭിച്ചത്. ഒന്നിലൂടെ ഒഴുകിവന്നത് പ്രകൃതിയിലെ രൂപങ്ങളെക്കുറിച്ചു (ഫോം) പഠിക്കുന്ന ജ്യാമിതിയായിരുന്നെങ്കിൽ രണ്ടാമത്തേതിലൂടെ അവയുടെ (ഗണിതശാസ്ത്രപരമായ) ഉള്ളടക്കത്തെ പഠിക്കുന്ന അങ്കണിതവും ബീജഗണിതവുമായിരുന്നു. പതിനേഴാം നൂറ്റാണ്ടോടെ ഈ രണ്ടു ചാലുകളും ഒന്നിച്ച് കൂടുതൽ വിശാലവും ശക്തവുമായ ഒരു നദിയായി. കഴിഞ്ഞ നാനൂറു വർഷങ്ങളിൽ ഇരു കരകളേയും തകർത്ത് അനുസ്യൂതം വീതികൂടിക്കൊണ്ടുവന്ന ഗണിതാപഗ്രഥനത്തിന്റെ ഈ മഹാനദി ഇനി ഏതേതു ദിശകളിലാണ് ഒഴുകുക എന്നത് പ്രവചനാതീതമാണ്.

ഈ പ്രവാഹത്തിൽ രൂപം, ഉള്ളടക്കത്തെ കുറിക്കാനുപയോഗിക്കുന്ന സംഖ്യ എന്നീ വാക്കുകൾക്കുപോലും അർഥവ്യാപ്തി വന്നിട്ടുണ്ട്. ആദ്യമായി കണ്ടുപിടിക്കപ്പെട്ട സംഖ്യകൾ എണ്ണാനുപയോഗിക്കുന്നവയാണെങ്കിൽ ഇന്ന് പ്രത്യേക നിർവചനമാവശ്യമായ സംഖ്യകളും ഈ ഗണത്തിൽപ്പെടുന്നു. അതുപോലെ രൂപം എന്ന വാക്കിനും; ഉദാഹരണത്തിന് ഗണിതശാസ്ത്ര ബന്ധങ്ങളുടെ ഘടനകളും രൂപം എന്ന ഗണത്തിൽപ്പെടുന്നു.

സംഖ്യാബോധവും രൂപബോധവും

മനുഷ്യനെ മറ്റു ജീവികളിൽനിന്ന് വ്യത്യസ്തനാക്കുന്നതെന്താണ്? മറ്റു പലതുമുണ്ടെങ്കിലും എണ്ണാനുള്ള കഴിവും കാലക്രമേണ അവൻ അതിൽ ആർജിച്ച പ്രാവീണ്യവും ഇവയിൽ പ്രാധാന്യമർഹിക്കുന്നു. ഈ കഴിവ് അവന്റെ സംഖ്യാബോധത്തിൽ അധിഷ്ഠിതമത്രെ.

സംഖ്യാബോധം എന്നത് എണ്ണാനുള്ള കഴിവല്ല; പ്രത്യുത, നിരീക്ഷണ വിധേയമായിരിക്കുന്ന ഒരു കൂട്ടത്തിൽ എന്തോ മാറ്റം സംഭവിച്ചിരിക്കുന്നു എന്നു മനസിലാക്കാനുള്ള കഴിവാണ്. മനുഷ്യനെ കൂടാതെ ചില ജീവികൾക്കും ഈ കഴിവുണ്ട്.

തന്റെ കുഞ്ഞുങ്ങളുടെ കൂട്ടത്തിൽ കാര്യമായ കുറവു വന്നാൽ മനസിലാക്കാനുള്ള കഴിവ് എല്ലാതരം സസ്തനികൾക്കും ചിലയിനം പക്ഷികൾക്കുമുണ്ട്. സസ്തനികൾക്ക് കൂടുതൽ വികാസംപ്രാപിച്ച തലച്ചോറുണ്ടെന്നു മാത്രമല്ല ഓരോ പ്രസവത്തിലുമുള്ള കുഞ്ഞുങ്ങളുടെ എണ്ണം കുറവാണെന്നതും, അവയെ കൂടുതൽ കാലം പരിരക്ഷിക്കേണ്ടിവരുന്നു എന്നതും സംഖ്യാബോധത്തോടു ബന്ധപ്പെട്ട പ്രത്യേകതകളാണ്.

മിക്ക കിളികൾക്കു 'രണ്ടും', 'മൂന്നും' തിരിച്ചറിയാനുള്ള കഴിവുണ്ടെന്ന് പരീക്ഷണങ്ങളിൽ കൂടി തെളിയിക്കപ്പെട്ടിട്ടുണ്ട്. മൂന്നിനു മുകളിൽ 'നാല്' 'അഞ്ച്' എന്നിങ്ങനെ ക്രമം തിരിച്ചറിയാൻ കഴിയുകയുമില്ല. ഇത്തരം ഒരു പരീക്ഷണത്തിൽ നാലു മുട്ടകളുള്ള ഒരു കൂട്ടിൽനിന്ന് ഒരെണ്ണം എടുത്തു മാറ്റിയപ്പോൾ തള്ളക്കിളി അറിഞ്ഞില്ല. എന്നാൽ ഒരെണ്ണംകൂടി എടുത്തു മാറ്റിയപ്പോൾ അപകടം മണത്ത് കൂടൊഴിഞ്ഞു പോവുകയും ചെയ്തത്രെ. കാക്കകളിൽ നടത്തിയ പരീക്ഷണത്തിൽ 'നാലു വരെ എണ്ണാൻ' കഴിവുണ്ടെന്ന് കണ്ടെത്തിയിട്ടുണ്ട്!

മറ്റു ജീവികളിൽ നിന്ന് മനുഷ്യനെ വ്യത്യസ്തനാക്കുന്ന മറ്റൊരു ഘടകമാണ് രൂപങ്ങൾ തിരിച്ചറിയാനുള്ള കഴിവ്. ഇത് അവന്റെ 'രൂപബോധ'ത്തിൽ നിന്ന് ഉടലെടുത്തതാണ്. സംഖ്യാബോധം പോലെതന്നെ രൂപബോധവും മറ്റു പല ജീവികൾക്കുമുണ്ട്. നീണ്ടതും പരന്നതും ഉരുണ്ടതുമായ വസ്തുക്കളുടെ രൂപവ്യത്യാസങ്ങൾ തിരിച്ചറിയാൻ കഴിയുന്ന ധാരാളം പക്ഷിമൃഗാദികളുണ്ട്. കൂടുകൂട്ടാൻ അനുയോജ്യമായ ചുള്ളിക്കമ്പുകൾ തിരഞ്ഞെടുക്കുന്ന കാക്കകൾതന്നെ ഒരു ഉദാഹരണം.

നൈസർഗിക ഗുണങ്ങളെന്ന നിലയിൽ സംഖ്യാബോധത്തിന്റെയും രൂപബോധത്തിന്റെയും കാര്യത്തിൽ മനുഷ്യന് മറ്റു പല ജീവികൾക്കുമുപരി വലിയ മേന്മയൊന്നും അവകാശപ്പെടാനില്ല. സംഖ്യാബോധത്തിന്റെ കാര്യത്തിൽ അവനും നാലുവരെ ഒക്കെ എണ്ണാനുള്ള കഴിവേ ഉണ്ടായിരുന്നുള്ളു. ആശയവിനിമയത്തിനായി സ്വരങ്ങൾ അക്ഷരങ്ങളും വാക്കുകളും വാക്യങ്ങളും സാഹിത്യ കൃതികളുമെല്ലാമായി വികസിച്ചപോലെ തന്നെയാണ്, സംഖ്യാബോധത്തിൽ നിന്ന് എണ്ണൽ സംഖ്യകളും ഋണസംഖ്യകളും ഭിന്ന സംഖ്യകളും ദശാംശ സംഖ്യകളുമെല്ലാം ഉയിർക്കൊണ്ടത്.

അതുപോലെ പ്രകൃതിയിൽ കൃത്യമായ നേർരേഖകളോ വൃത്തങ്ങളോ ഇല്ലെങ്കിലും കുത്തനെ വളരുന്ന വൃക്ഷങ്ങളും പൂർണ ചന്ദ്രനുമെല്ലാം ഇത്തരം രൂപങ്ങളെക്കുറിച്ചുള്ള ഏകദേശ ധാരണകളിലേക്കു നയിച്ചു. ഇതിൻഫലമായി വേട്ടയാടാനും ഭക്ഷ്യവസ്തുക്കളും ജലവും ശേഖരിക്കാനും താമസത്തിനുമെല്ലാമായി അവൻ കൃത്യമായ ആകൃതിയിലുള്ള വസ്തുക്കൾ നിർമിക്കാൻ തുടങ്ങി. മറിച്ച് തങ്ങൾ നിർമിച്ച കുടിലുകളും പാത്രങ്ങളും കുന്തങ്ങളും വില്ലുകളും അവയുടെ വലിച്ചു കെട്ടിയ ഞാണുകളും അവർക്ക് നേർരേഖകളുടെയും ത്രികോണങ്ങളുടെയും ചതുരങ്ങളുടെയും വിവിധതരം പ്രതലങ്ങളുടെയും കൂടുതൽ ആഴത്തിലുള്ള ധാരണകൾ നൽകി. അതായത് മൂർത്തമായ (തങ്ങൾ തന്നെ നിർമിച്ച) വസ്തുക്കളിൽനിന്ന് അവർ അമൂർത്തങ്ങളായ രൂപസങ്കൽപ്പങ്ങളിൽ എത്തിച്ചേർന്നു. പ്രയോഗങ്ങളിൽ നിന്ന് അവയ്ക്കടിസ്ഥാനങ്ങളായ തത്വങ്ങളിലേക്കുള്ള അമൂർത്തവൽക്കരണത്തിന്റെ (അബ്സ്ട്രാക്ഷൻ) ആരംഭം എന്നു നമുക്കു പറയാം.

സാങ്കേതികവിദ്യകളിൽ നിന്ന് ശാസ്ത്രത്തിലേക്ക്

ശാസ്ത്രീയരൂപം കൈക്കൊണ്ട അറിവിന്റെ ഏറ്റവും പഴയ മേഖല ഗണിതശാസ്ത്രത്തിന്റേതാണെന്നു മുമ്പു പ്രസ്താവിച്ചിട്ടുണ്ടല്ലോ? മാനവപുരോഗതിയുടെ അടിസ്ഥാനം അനുസ്യൂതമായി നിലനിൽക്കുന്ന സമുദായം (സൊസൈറ്റി) എന്ന സ്ഥാപനമാണ്. ഇത് മൃഗങ്ങളുടേതുപോലെയുള്ള വെറും കൂട്ടങ്ങളിൽ നിന്ന് തികച്ചും വ്യത്യസ്തമാണ്. പ്രായേണ നീണ്ട ബാല്യകാലം ഇത്തരം ഒരു ചട്ടക്കൂട് മനുഷ്യവംശത്തിന്റെ നിലനിൽപ്പിന് അത്യന്താപേക്ഷിതമാക്കുന്നു. ഇതിൻഫലമായി ഒന്നിലധികം തലമുറകൾ ഉൾക്കൊള്ളുന്ന സാമൂഹ്യവ്യവസ്ഥ മനുഷ്യവംശത്തിന്റെ പ്രത്യേകതയാണ്. ഇതിന്റെ ഘടനയിൽ സ്ത്രീകൾക്ക് കൂടുതൽ പ്രാമുഖ്യമുണ്ടാകുന്നത് സ്വാഭാവികമായിരുന്നു. വർഷങ്ങൾ നീണ്ടുനിൽക്കുന്ന മുലയൂട്ടൽ തന്നെ പ്രധാന കാരണം. മുത്തശ്ശി, അമ്മ, മക്കൾ എന്ന ശൃംഖല സാമൂഹ്യഘടനയുടെ നട്ടെല്ലായിരുന്നു. അതുകൊണ്ടുതന്നെ പ്രാകൃത സമൂഹങ്ങളിൽ മാതൃദായ ക്രമം (മാട്രിയാർക്കൽ സിസ്റ്റം) നിലനിന്നിരുന്നത് എല്ലാ ഭൂപ്രദേശങ്ങളിലേയും പ്രത്യേകതയായിരുന്നു.

മൃഗങ്ങളുടെ കൂട്ടങ്ങളിൽ നിന്ന് ഭിന്നമായി ഇത്തരം ഒരു സമൂഹത്തിന് ഒറ്റപ്പെട്ട ഓരോ വ്യക്തിയുടേതിൽനിന്നും ഉപരിയായി ഭക്ഷണം നേടുന്നതിനും സുരക്ഷിതത്വത്തിനും കൂടുതൽ മെച്ചപ്പെട്ട പൊതുവായ രീതികൾ ഉണ്ടായെന്നു മാത്രമല്ല ഇവയെ തലമുറകൾ തലമുറകളായി കൈമാറാനും കഴിഞ്ഞിരുന്നു. മനുഷ്യക്കുരങ്ങിൽ നിന്നും ഏറെ മുന്നോട്ടുപോയി പ്രാകൃതമനുഷ്യൻ പോലും തന്റെ ചുറ്റുപാടുകളെ സസൂക്ഷ്മം നിരീക്ഷിക്കാനും തൽഫലമായി നേടുന്ന അറിവ് സ്വായത്തമാക്കാനും പ്രയോഗിക്കാനുമുള്ള ശാരീരികവും മാനസികവുമായ കഴിവും ആർജിച്ചിരുന്നു. കണ്ണുകളുടെയും കരങ്ങളുടെയും പ്രവർത്തനങ്ങളുടെ ഏകോ

പനമാണ് നായാട്ടിന് ആദ്യമായി ഒരു കല്ലോ ചുള്ളിക്കമ്പോ കയ്യിലെടുക്കാൻ അവനെ പ്രാപ്തനാക്കിയത്. തുടർച്ചയായ നിരീക്ഷണങ്ങളുടെ ഫലമായി തനിക്ക് ഏറ്റവും ഉപയുക്തമായ കല്ലും കമ്പും തിരഞ്ഞെടുക്കാനും, അവയെ രൂപപ്പെടുത്തിയെടുക്കാനും അവൻ പഠിച്ചു. ഫലത്തിൽ ഇത് അവന്റെ അവയവങ്ങളുടെ വികാസം തന്നെയായിരുന്നു.

ഏതൊരു സാങ്കേതികവിദ്യയും ഉപകരണവും സാർവത്രികമായി പ്രയോഗക്ഷമമാവുന്നതിനും, കാലക്രമേണ പരിഷ്കരിച്ചു കൊണ്ടുവരാനും തലമുറകളായി കൈമാറാനും മുമ്പു സൂചിപ്പിച്ചപോലെ തുടർച്ചയായി നിലനിൽക്കുന്ന ഒരു സമുദായ ചട്ടക്കൂട് അത്യന്താപേക്ഷിതമാണ്. മറ്റു ജീവികളിൽനിന്നും വ്യത്യസ്തമായി മനുഷ്യൻ മാത്രമാണല്ലോ പഠനം ഒരു ബോധപൂർവമായ പ്രക്രിയയാക്കി വികസിപ്പിച്ചെടുത്തിട്ടുള്ളത്? തലച്ചോറിന് വികാസം നേടിയ മറ്റു പല ജീവികൾക്കും സന്ദിഗ്ധ ഘട്ടങ്ങളെ നേരിടുമ്പോൾ (സ്വയം രക്ഷക്കോ, മറ്റു മൃഗങ്ങളെ ആക്രമിക്കുമ്പോഴോ) യുക്തമായ തീരുമാനങ്ങൾ എടുക്കാനുള്ള കഴിവുണ്ട്. എന്നാൽ മനുഷ്യൻ ശാസ്ത്രീയമായി ആർജിച്ച അറിവുകളെ ഇതിൽനിന്നും വേർതിരിക്കുന്നതെന്തെന്നാൽ അവ വ്യക്തിഗതമല്ല, സാമൂഹ്യ ഉൽപ്പന്നമാണ് എന്നതാണ്.

നായാട്ടിനെ മാത്രം ആശ്രയിച്ചിരുന്ന പ്രാകൃതസമൂഹത്തിന്റെ ഒരു ന്യൂനതയായിരുന്നു, അവർക്ക് മൃഗങ്ങളെ കൊന്നുതിന്നാൻ മാത്രമെ അറിയുമായിരുന്നുള്ളു, മെരുക്കി വളർത്താനുള്ള അറിവുണ്ടായിരുന്നില്ല എന്നത്. വേട്ടനായ്ക്കൾ മാത്രമായിരുന്നു ഇതിന് ഒരു അപവാദം. ആയുധങ്ങളുടെ മൂർച്ച കൂടിവന്നതോടുകൂടി ഇരകളുടെ ക്ഷാമവും അനുഭവപ്പെട്ടു തുടങ്ങി. ഭൂമുഖത്തുനിന്ന് പല മൃഗങ്ങളും ഇപ്രകാരം അപ്രത്യക്ഷമായിട്ടുണ്ടെന്നു മാത്രമല്ല ഭക്ഷ്യക്ഷാമം മൂലം അപ്രത്യക്ഷമായ പല സമൂഹങ്ങളുമുണ്ട്. ഇപ്രകാരം ഒരു ഘട്ടമെത്തിയപ്പോഴേക്കും നായാട്ട് മനുഷ്യസംസ്കാരത്തിന്റെ ഏറ്റവും പുരോഗമന ഘടകം എന്ന നിലയിൽ നിന്ന് കൃഷിക്കു വഴിമാറിക്കൊടുത്തു - അതിന്റെ കലകളും സാമൂഹ്യ ഘടനയും നിലനിന്നുപോന്നെങ്കിലും. ഇവയാകട്ടെ കൂടുതൽ സമ്പന്നവും പുരോഗമനപരവുമായ കാർഷിക സംസ്കൃതിയുടെ ഭാഗമായും മാറി.

കൃഷിയുടെ ആരംഭത്തെക്കുറിച്ച് നമുക്കുള്ള അറിവും കേവലം യുക്തിസഹമായ നിഗമനങ്ങൾ മാത്രമാണ്. നായാട്ടു സമ്പ്രദായത്തിൽ ഉൽപ്പന്നങ്ങളെല്ലാം ഉടൻതന്നെ ഉപയോഗിച്ചു (തിന്ന്) തീർക്കുന്ന രീതിയായിരുന്നു. സ്വകാര്യ സ്വത്തെന്നു പറഞ്ഞാൽ നായാട്ടായുധങ്ങളും പാത്രങ്ങളും വസ്ത്രങ്ങളുമായിരുന്നു. എന്നാൽ കൃഷിയുടെ ആവിർഭാവത്തോടെ ഇതിനു മാറ്റം വന്നു. ഭൂമി, കന്നുകാലികൾ, ധാന്യങ്ങൾ എന്നിങ്ങനെ കൂടുതൽ ഘടകങ്ങൾ ഇതിനോടു ചേർക്കപ്പെട്ടു. ഉൽപ്പന്നങ്ങളുടെ സുരക്ഷിതത്വത്തിനും വിതരണത്തിനുമുള്ള പുതിയ മാർഗങ്ങളും കണ്ടെത്തേണ്ടിവന്നു. നായാടി അലഞ്ഞുനടക്കുന്നതിനുപകരം തങ്ങളുടെ കൃഷിഭൂമിയുടെ സമീപം താമസിക്കേണ്ട ആവശ്യവും വന്നു.

ഇതിൻ ഫലമായി ഉയർന്നുവന്ന നാട്ടുകൂട്ടങ്ങൾ തമ്മിൽ വിവാഹം തുടങ്ങിയ ചടങ്ങുകളും ഇവയോടനുബന്ധിച്ച് സമ്പത്തിന്റെ കൈമാറ്റ രീതിയും ആവിർഭവിച്ചു. ദൈനംദിന ജീവിതത്തിലും ഉൽപ്പന്നങ്ങളുടെ ഔപചാരികമായ കൈമാറ്റരീതി കാലക്രമേണ നിലവിൽവന്നു.

തൊഴിൽ എന്ന സാമാന്യ സങ്കൽപ്പം സാമൂഹ്യ ജീവിതത്തിലേക്ക് കൊണ്ടുവന്നത് കൃഷിയാണ്. നായാട്ടു സംസ്കാരത്തിൽ തൊഴിലിനെ മറ്റു ജീവിത വ്യാപാരങ്ങളിൽനിന്ന് വ്യത്യസ്തമായി കണ്ടിരുന്നില്ല. പ്രവൃത്തിയും ഫലവും തമ്മിലുള്ള കാലയളവും നന്നെ കുറവായിരുന്നു. എന്നാൽ അധ്വാനവും ഫലവും തമ്മിലുള്ള ബന്ധം കൃഷിയുടെ മേഖലയിൽ അത്ര പ്രകടമല്ല. ഇതാണ് കാര്യകാരണങ്ങൾ തമ്മിലുള്ള ബന്ധത്തെക്കുറിച്ചുള്ള ആശയം കൂടുതൽ വികസിക്കാൻ കാരണമായതും, തുടർന്ന് ശാസ്ത്രീയ വിശകലനരീതികളുടെ ആവിർഭാവത്തിലേക്കു നയിച്ചതും. ഉദാഹരണമായി സസ്യജന്തുജാലങ്ങളുടെ ജീവചക്രം തന്നെ നിരീക്ഷണ വിധേയമാവാൻ തുടങ്ങി. കൃഷിരീതിയിൽ കാലക്രമേണ വന്ന നവീകരണങ്ങൾ മറ്റു മേഖലകളിലും ഗണിതശാസ്ത്രപരവും സാങ്കേതികവുമായ പുതിയ ആശയങ്ങൾക്ക് ജന്മം നൽകി. ഉദാഹരണമായി തുണിനെയ്ത്ത് കുട്ടനെയ്ത്തിന്റെ ഒരു വികസിത രൂപമാണ്. ഇവ രണ്ടും പ്രകൃതിയിൽ തന്നെ കണ്ടെത്താൻ കഴിയുന്ന ക്രമങ്ങൾ (റെഗുലാരിറ്റികൾ) ഉൾക്കൊള്ളുന്നു - തുടക്കത്തിൽ പ്രായോഗിക തലത്തിലും പിന്നീട് ആശയത്തിന്റെ മണ്ഡലത്തിലും. ഇവയാണ് അങ്കഗണിതത്തിന്റെയും ജ്യാമിതിയുടെയും അടിസ്ഥാനമായിത്തീർന്നത് എന്ന വിശ്വസനീയമായ ഒരു വാദഗതിയുണ്ട്. തുണിനെയ്ത്തിലെ വിവിധ പാറ്റേണുകളും അവ ഉണ്ടാക്കാൻ ഉപയോഗിക്കുന്ന നൂലുകളുടെ അളവുകളും തമ്മിലുള്ള ബന്ധം ജ്യാമിതിയും അങ്കഗണിതവുമായുള്ള ബന്ധത്തിലേക്കും നയിച്ചിരിക്കാം.

വേട്ടയാടി നടന്നിരുന്ന കാലത്തെ സമുദായങ്ങൾ പ്രായേണ അംഗസംഖ്യയിൽ ചെറുതായിരുന്നു എന്നു മാത്രമല്ല വേട്ടമൃഗങ്ങളുടെ ലഭ്യതയനുസരിച്ച് ചലിച്ചുമിരുന്നു. എന്നാൽ കൃഷിയുടെ ആവിർഭാവത്തോടെ ഫലപുഷ്ടിയുള്ള പ്രദേശങ്ങളെ കേന്ദ്രീകരിച്ച് ജനപദങ്ങൾ നിലവിൽവന്നു. കൃഷിപ്പണിയിലെ കൂട്ടായ്മ പ്രായേണ വലിയ സമൂഹങ്ങളുടെ കേന്ദ്രീകരണത്തിലേക്കും നയിച്ചു. ഇപ്രകാരം ഗ്രാമങ്ങൾക്കുപുറമെ ചെറിയ പട്ടണങ്ങളും വലിയ നഗരങ്ങളും രൂപംകൊണ്ടു. (നഗരവാസികളിൽ മിക്കവാറും എക്കാലവും ഭരണകർത്താക്കളും കച്ചവടക്കാരും ഉൾപ്പെടുന്നു). ഇവ നിലവിൽ വരുന്നതിന് ആവശ്യമായ ഒരു ഘടകമുണ്ട് - ഉൽപ്പാദനപ്രക്രിയയുമായി നേരിട്ട് ബന്ധപ്പെടാത്ത ഇവരെ തീറ്റിപ്പോറ്റാനുള്ള വിഭവങ്ങൾ ഗ്രാമങ്ങളിൽ ഉൽപ്പാദിപ്പിക്കത്തക്കവിധം സാങ്കേതികവിദ്യകളുടെ വളർച്ച. ഉൽപ്പാദനവും ഉപഭോഗവും തമ്മിലുള്ള ഈ വിഘടനം തന്നെയാണ് പഠനം തൊഴിലാക്കിയ ഒരു വിഭാഗത്തിന്റെ ആവിർഭാവത്തിനും നിദാനമായത്.

നിരീക്ഷണ ഫലമായി സിദ്ധിക്കുന്ന അറിവുകൾ ശാസ്ത്രത്തിന്റെ ഭാഗമാക്കുന്നതിന് അത്യന്താപേക്ഷിതമായ രണ്ടു ചേരുവകളാണ് വർഗീകരണവും അളക്കലും. വർഗീകരണം (ക്ലാസിഫിക്കേഷൻ) പുതിയ പ്രതിഭാസങ്ങളുടെ സങ്കരങ്ങൾ പഠിക്കുന്നതിന്റെ ആദ്യപടിയാണ്. അറിവുകളെക്കൊണ്ട് പ്രയോജനമുണ്ടാകണമെങ്കിൽ അവയെ ക്രോഡീകരിക്കുകയും ക്രമീകരിക്കുകയും ആവശ്യമാണ്. ക്രമീകരണത്തിന്റെ തൊട്ടുയർന്ന ഘട്ടമാണ് അളക്കൽ. എന്നാൽ ഇതിന്റെ പ്രാഥമിക തലമായ എണ്ണൽ, ഒരു കൂട്ടത്തിലുള്ളവയെ മറ്റൊരു കൂട്ടത്തിലുള്ളവയുമായി ഒന്നിനൊന്നു പൊരുത്തപ്പെടുത്തലാണ്; ആദ്യപടിയായി സ്വന്തം കൈകാലുകളിലെ വിരലുകളുമായിത്തന്നെ.

ശാസ്ത്രത്തിന്റെ ലക്ഷ്യം പ്രകൃതിയിലെ പ്രതിഭാസങ്ങളുടെ നിഗൂഢതകൾ മനസിലാക്കൽ മാത്രമല്ല, അവയെ മനുഷ്യരാശിക്ക് ഉപകാരപ്രദമായ രീതിയിൽ പ്രയോഗിക്കൽ കൂടിയാണ്. അതിനാൽത്തന്നെ പ്രതീക്ഷിക്കുന്ന ഫലങ്ങളുടെ അളവിനെക്കുറിച്ച് ഒരു ധാരണ ഉണ്ടായിരിക്കണമെന്നു മാത്രമല്ല അതിനുള്ള യത്നത്തിന്റെ ഓരോ ഘട്ടത്തിലും അളക്കൽ എന്ന പ്രക്രിയ കൂടിയേ കഴിയൂ. അളവുകൾ തന്നെയാണ് വ്യാപാരത്തേയും സാങ്കേതിക ശാസ്ത്രത്തെയും മറ്റു ശാസ്ത്രശാഖകളുമായി ബന്ധിപ്പിക്കുന്ന കണ്ണി. അളവുകളിൽ കൂടിത്തന്നെയാണ് സംഖ്യകളും രൂപങ്ങളും ശാസ്ത്രത്തിന്റെ മേഖലയിൽ വന്നത്. അതിനാൽത്തന്നെയാണ് ആദ്യത്തെ ശാസ്ത്രശാഖയായ ഗണിതത്തിന്റെ സ്രോതസിൽനിന്ന് സംഖ്യകളും രൂപങ്ങളും ഉയിർക്കൊണ്ടതും.

2

ശാസ്ത്രങ്ങളുടെ റാണി

ഗണിതശാസ്ത്രത്തെ 'ശാസ്ത്രങ്ങളുടെ റാണി' എന്നു പറയാറുണ്ട്. അതിനാൽ തോഴികളായ മറ്റു ശാസ്ത്രങ്ങൾക്കുള്ള പൊതുവായ ഗുണങ്ങളെ കൂടാതെ ചില പ്രത്യേക ഗുണങ്ങളും ഈ റാണിക്ക് ഉണ്ടെന്ന് ന്യായമായും പ്രതീക്ഷിക്കാം.

ഈ വിശേഷഗുണങ്ങളാണ് അമൂർത്തവൽക്കരണം (അബ്സ്ട്രാക്ഷൻ), സൂക്ഷ്മത (പ്രിസിഷൻ), യുക്തിഭദ്രത (ലോജിക്കൽ റിഗർ), നിഗമനങ്ങളുടെ അനിഷേധ്യത എന്നിവ. ഇവ കൂടാതെ മറ്റെല്ലാ ശാഖകളിലും പ്രയോഗത്തിനുള്ള അനന്ത സാധ്യതയും ഗണിതശാസ്ത്രത്തിന്റെ പ്രത്യേകതയാണ്. നമുക്ക് ഇവയെ ഒന്നൊന്നായി പരിശോധിക്കാം.

എ. അമൂർത്തവൽക്കരണം

അനുഭവങ്ങൾ സൂക്ഷ്മമായ വിശകലനം അസാധ്യമാക്കുംവിധം സങ്കീർണങ്ങളാണ്. അതിനാൽ അവയുടെ സത്ത ആറ്റിക്കുറുക്കിയെടുക്കേണ്ടതിന്റെ ആവശ്യം നമ്മുടെ പൂർവികർക്ക് പണ്ടേ ബോധ്യപ്പെട്ടിരുന്നു. എന്ന്, എപ്പോൾ ഈ ബോധം ഉരുത്തിരിഞ്ഞുവന്നു എന്നു കൃത്യമായി പറയാൻ സാധ്യമല്ലെങ്കിലും ക്രിസ്തുവിനുമുമ്പ് നാലാം നൂറ്റാണ്ടോടെ ഗ്രീക്ക് ഗണിത ശാസ്ത്രകാരന്മാർക്ക് ഇക്കാര്യം ബോധ്യപ്പെട്ടിരുന്നു എന്നതിന്റെ തെളിവാണ് വൃത്തത്തിന് യൂക്ലിഡ് കൊടുത്ത നിർവചനം:

"വൃത്തമെന്നാൽ ഒരു പ്രതലത്തിൽ കിടക്കുന്ന ഒരൊറ്റ രേഖകൊണ്ടു നിർമിതവും അകത്തുനിന്നുള്ള ഒരു പ്രത്യേക ബിന്ദുവിൽ നിന്ന് ഈ രേഖയിലേക്കുള്ള എല്ലാ രേഖാഖണ്ഡങ്ങൾക്കും തുല്യനീളമുള്ളതുമായ ഒരു ജ്യാമിതീയ രൂപമാണ്."

സ്കൂൾ കുട്ടികൾക്ക് പരിചിതമായ വൃത്തങ്ങൾ മുതൽ സങ്കീർണ്ണമായ സാങ്കേതികവിദ്യകളിൽ ഉപയോഗിക്കുന്ന വൃത്തങ്ങൾ വരെ ഈ നിർവചനത്തിൽപെടുന്നു. നേരത്തെ പറഞ്ഞപോലെ പൂർണചന്ദ്രന്റേതുപോലെ പ്രകൃതിയിൽ കാണുന്ന പല വൃത്താകാരങ്ങളിൽ നിന്നും അടർത്തിയെടുത്ത ഒരു അമൂർത്ത സങ്കൽപ്പമാണ് യൂക്ലിഡിന്റെ വൃത്തം.

ഇതുപോലെതന്നെയാണ് സംഖ്യകൾ. നമുക്ക് രണ്ടു മാങ്ങകൾ കൈകൊണ്ടെടുക്കുകയും, കത്തികൊണ്ടു മുറിക്കുകയും ഭക്ഷിക്കുകയും ചെയ്യാം. ഇവിടെ നാം ഭക്ഷിക്കുന്നത് രണ്ടു മാങ്ങകളാണ്. രണ്ട് എന്ന സംഖ്യയല്ല. ഈ സംഖ്യ മാങ്ങകളുടെ അളവിനെ കുറിക്കുന്നു. ഇതേ സംഖ്യതന്നെ നമുക്ക് ആന, കാള, ആട് എന്നിവയുടെ കൊമ്പുകളുടെ എണ്ണത്തെക്കുറിക്കാനും ഉപയോഗിക്കാം. ഇങ്ങനെ വസ്തുക്കളുടെ പരിമാണത്തെ കുറിക്കുന്ന ഒരു സങ്കേതത്തെ അമൂർത്തവൽക്കരിച്ച് നമുക്ക് സംഖ്യകൾ ലഭിക്കുന്നു. ഇത്തരം അമൂർത്തങ്ങളായ സംഖ്യകൾ ഉപയോഗിച്ച് ബോധമണ്ഡലത്തിൽ ക്രിയകൾ ചെയ്യാനും നമുക്ക് കഴിയുന്നു.

അമൂർത്തവൽക്കരണം അഥവാ സംക്ഷേപണം ഗണിതശാസ്ത്രത്തിന്റെ കുത്തകയല്ല. മറ്റു ശാസ്ത്രശാഖകളിലും ഒരളവുവരെ ഇതുണ്ട്. എന്നാൽ ഗണിതശാസ്ത്രത്തിലെ സംക്ഷേപണത്തിന് താഴെ പറയുന്ന മൂന്നു സവിശേഷതകളുണ്ട്.

ഒന്നാമതായി ഇവിടെ കൈകാര്യം ചെയ്യുന്നത് പരിമാണപരമായ ബന്ധങ്ങളും, വസ്തുക്കളുടെ രൂപങ്ങളുമാണ്. മറ്റു ഘടകങ്ങൾ അഥവാ പ്രത്യേകതകൾ അപ്രസക്തമാണ്. ഉദാഹരണത്തിന് ജ്യാമിതിയിൽ ഒരു ഗോളത്തെക്കുറിച്ചു പരാമർശിക്കുമ്പോൾ അതിന്റെ നിറമെന്തെന്നോ തൂക്കമെന്തെന്നോ ഏതു വസ്തുകൊണ്ടുണ്ടാക്കിയതാണെന്നോ പരിഗണിക്കേണ്ടതില്ല.

ഗണിതശാസ്ത്രത്തിലെ അമൂർത്തവൽക്കരണത്തിന്റെ രണ്ടാമത്തെ പ്രത്യേകത അത് തുടർച്ചയായി കൂടുതൽ കൂടുതൽ ഉയർന്ന മാനങ്ങൾ ആർജിക്കാൻ പ്രാപ്തമാണെന്നതാണ്. ഉദാഹരണത്തിന് ഒരു രേഖയുടെ മാനം (ഡൈമെൻഷൻ) ഒന്നാണ്. ദ്വിമാനരൂപമാണ് ഒരു സമതല പ്രതലം. പ്രപഞ്ചമാകട്ടെ (സ്പേസ്) ത്രിമാനരൂപമാണ്. ന്യൂട്ടന്റെ ബലതന്ത്രത്തിൽ ത്രിമാന സമഷ്ടിയും കാലവും സ്വതന്ത്രങ്ങളായി കണക്കാക്കപ്പെടുന്നു. എന്നാൽ ഐൻസ്റ്റീന്റെ ആപേക്ഷികതാ സിദ്ധാന്തത്തിലെത്തിയപ്പോഴേക്കും ദേശകാലസാന്തത്യ (സ്പേസ്-ടൈം കണ്ടിന്വം) മായി പരിഗണനാവിഷയം. ത്രിമാനവസ്തുക്കൾ നമുക്കു കാണാൻ കഴിയുമെങ്കിലും മൂന്നിലേറെ ദിശകളുള്ള ഒരു സമഷ്ടി (സ്പേസ്) സാങ്കൽപ്പികം മാത്രമാണ്. എന്നാൽ ഗണിതശാസ്ത്രത്തിൽ ഇവ കൈകാര്യം ചെയ്യപ്പെടുന്നു, ചെയ്യപ്പെടേണ്ടിവരുന്നു.

മറ്റു ശാസ്ത്രശാഖകൾ പലപ്പോഴും പരീക്ഷണ നിരീക്ഷണങ്ങളെ ആശ്രയിക്കുമ്പോൾ ഗണിതശാസ്ത്രം കേവലം യുക്തിചിന്തയെ ആശ്ര

യിക്കുന്നു. അങ്ങനെ അത് അമൂർത്ത സങ്കൽപ്പനങ്ങളുടെ ലോകത്തുമാത്രമാണ് പ്രധാനമായും വ്യാപരിക്കുന്നത്. ഇതാണ് ഗണിതശാസ്ത്രത്തിലെ അമൂർത്തവൽക്കരണത്തിന്റെ മൂന്നാമത്തെ പ്രത്യേകത.

ബി. സൂക്ഷ്മത

ഗണിതശാസ്ത്ര ലോകത്തെ ആദ്യം ഞെട്ടിച്ച സംഭവം $\sqrt{2}$ എന്ന അപരിമേയ (ഇർറേഷണൽ, യുക്തിശൂന്യമായ) സംഖ്യയുടെ കണ്ടുപിടുത്തമായിരുന്നു. കാരണം അതിനെ ഒരു ഭിന്നസംഖ്യയായി എഴുതാൻ സാധിക്കുന്നില്ല എന്നതുകൊണ്ടുതന്നെ കൃത്യമായി അളക്കാനും (വില കണ്ടുപിടിക്കാൻ) സാധിക്കുന്നില്ല. സൂക്ഷ്മത (പ്രിസിഷൻ) ഗണിതശാസ്ത്രത്തിൽ എത്രമാത്രം പ്രധാനമാണെന്നതിന് ഒരുദാഹരണമാണിത്.

മറ്റ് ശാസ്ത്രങ്ങളിൽനിന്നും വ്യത്യസ്തമായി ഗണിതശാസ്ത്രത്തിൽ സൂക്ഷ്മതയുടെ അർഥം നമുക്കു പരിഗണിക്കാം. ഒരു ഗണിതശാസ്ത്രജ്ഞനും ഒരു ഭൗതികശാസ്ത്രജ്ഞനും ഒരു സാധാരണക്കാരനും ത്രികോണങ്ങളിലെ കോണുകൾ അളക്കുന്നുവെന്നിരിക്കട്ടെ. ഒന്നോ രണ്ടോ ത്രികോണങ്ങളിലൊഴികെ മറ്റെല്ലാത്തിലും 180^0 കണ്ടാൽ തന്നെയും ഒരു സാധാരണക്കാരൻ തൃപ്തനായി. ഒരു ഭൗതികശാസ്ത്രജ്ഞനാകട്ടെ 180^0 ലഭിക്കാത്ത ത്രികോണത്തിന്റെ കാര്യം കൂടുതൽ ഗൗരവമായി പരിഗണിക്കും. ഏകദേശം 180^0 ആണെങ്കിൽ അയാൾ അത് അളക്കുന്ന ക്രിയയിൽ വന്ന പിഴവായി കണക്കാക്കും. അങ്ങനെ അയാളും പ്രഖ്യാപിക്കും ത്രികോണത്തിലെ കോണുകളുടെ തുക 180^0 എന്ന്. എന്നാൽ എല്ലാ ത്രികോണങ്ങളിലും 180^0 ലഭിച്ചാലും ഒരു ഗണിതശാസ്ത്രജ്ഞൻ ഇതിനെ ഒരു ജ്യാമിതീയ സിദ്ധാന്തമായി പ്രഖ്യാപിക്കുകയില്ല.

ഒരു രാശിയെ വീണ്ടും വീണ്ടും അളക്കുമ്പോൾ ഒരു നിശ്ചിത മൂല്യത്തിൽനിന്ന് എത്രകണ്ട് കുറച്ച് വ്യതിചലിക്കുന്നുവോ അത്രയും സൂക്ഷ്മത ഏറുന്നുവെന്ന് പറയാം. അളവിന് മാത്രമല്ല ഒരു ലക്ഷ്യത്തെ ഉന്നംവെച്ചുള്ള ഏത് പ്രവൃത്തിക്കും ഈ നിർവചനം സാധുവാണ്. ആവർത്തിക്കുംതോറും ഫലത്തിൽ വ്യതിയാനം വരുന്നില്ല എന്നതാണ് സൂക്ഷ്മതയുടെ അളവുകോൽ.

സി. യുക്തിഭദ്രത

ഗണിതശാസ്ത്ര തത്വങ്ങളുടെ മറ്റൊരു പ്രത്യേകതയാണ് അവ യുക്തിയെ അടിസ്ഥാനമാക്കി എത്തപ്പെടുന്ന നിഗമനങ്ങളാണെന്നത്. ഗണിതശാസ്ത്രത്തിലെ വിശകലനം അതു മനസിലാക്കാൻ കഴിയുന്ന ഏതൊരുവനും വിശ്വസനീയമായിരിക്കണം. നിരീക്ഷണങ്ങൾ ഗണിതശാസ്ത്രതത്വങ്ങൾ ആവിഷ്കരിക്കാൻ സഹായകമാവാമെങ്കിലും കേവലം നിരീക്ഷണഫലങ്ങൾ ഗണിതശാസ്ത്ര തത്വങ്ങളാവുന്നില്ല. ഉദാഹരണമായി ഒരായിരം സമപാർശ്വ (ഐസോസെലസ്) ത്രികോണങ്ങൾ

വരച്ച് അവയുടെ ഓരോന്നിന്റെയും പാദകോണുകൾ തുല്യമാണെന്നു കണ്ടെത്തിയാലും അതുകൊണ്ടുമാത്രം "സമപാർശ്വത്രികോണങ്ങളുടെ പാദകോണുകൾ സമങ്ങളായിരിക്കു"മെന്ന ഗണിതശാസ്ത്ര തത്വം സിദ്ധിക്കുന്നില്ല. അതിന് പ്രമാണങ്ങളെ അടിസ്ഥാനമാക്കിയുള്ള തെളിവുകൾ തന്നെ വേണം.

ഡി. അപ്രമാദിത്വം

ഇത് സൂക്ഷ്മതയുമായി ബന്ധപ്പെട്ടുവരുന്ന ഒരു ഗുണം തന്നെയാണ്.

ഗണിതശാസ്ത്രതത്വങ്ങളെല്ലാം ചില അടിസ്ഥാന പ്രമാണങ്ങളിൽ (ആക്സിയം, പോസ്റ്റുലേറ്റ്) ഊന്നി വികസിപ്പിച്ചെടുത്തവയാണ്. അതിനാൽ ഒരിക്കൽ തെളിയിക്കപ്പെട്ട തത്വങ്ങൾ പിന്നീട് തെറ്റെന്നു കണ്ടെത്തുന്ന പ്രശ്നമില്ല-അടിസ്ഥാന പ്രമാണങ്ങളിൽ മാറ്റമില്ലെങ്കിൽ.

ഇ. പ്രയോഗക്ഷമത

മറ്റു ശാസ്ത്രശാഖകളിൽ നിന്ന് വ്യത്യസ്തമായി വ്യാപകമായ പ്രയോഗക്ഷമതയാണ് ഗണിതശാസ്ത്രത്തിന്റെ മറ്റൊരു പ്രത്യേകത. ഏതൊരു ശാസ്ത്രവും ചെറിയതോ വലിയതോ ആയ അളവിൽ ഗണിതശാസ്ത്രത്തെ ഉപയോഗപ്പെടുത്തുന്നുണ്ട്. സാങ്കേതികവിദ്യകൾക്കും ഗണിതശാസ്ത്രത്തിന്റെ സഹായമില്ലാതെ നിലനിൽക്കാനാവില്ല. ഇരുപതാം നൂറ്റാണ്ടിന്റെ രണ്ടാം പകുതിയോടെ സാമൂഹ്യശാസ്ത്രം, ജീവശാസ്ത്രം എന്നിവയിലെല്ലാം ഗണിതശാസ്ത്രം തന്റെ സ്ഥാനം കണ്ടെത്തിയിട്ടുണ്ട്. എന്നുമാത്രമല്ല മറ്റു ശാസ്ത്രമേഖലകളുടെ വികാസത്തോടെ കേവലം താത്വിക പ്രാധാന്യം മാത്രമുള്ളതെന്നു കരുതിയിരുന്ന പല ഗണിതശാസ്ത്രമേഖലകളും പ്രാധാന്യം ആർജിച്ചിട്ടുണ്ട്. ഇതിന്റെ ഏറ്റവും നല്ല ഉദാഹരണമാണ് സംഖ്യാസിദ്ധാന്തം (നമ്പർ തിയറി).

മറ്റു ശാസ്ത്ര മേഖലകളിൽ ഗണിതശാസ്ത്ര രീതിയിലുള്ള വിശകലനം പല പുതിയ കണ്ടുപിടുത്തങ്ങൾക്കും നിദാനമായിട്ടുണ്ട്. സൗരയൂഥത്തിൽ സൂര്യനിൽനിന്ന് ഏറ്റവും അകലെ കിടക്കുന്ന നെപ്റ്റ്യൂണിന്റെ കണ്ടുപിടുത്തം ഇവയിലൊന്നാണ്. യുറാനസ്സിന്റെ ചലനം പഠനവിധേയമാക്കിയ ആഡംസ്, ലെവറിയർ എന്നീ ജ്യോതിശാസ്ത്രജ്ഞന്മാർ അന്നുവരെ അറിയപ്പെടാത്ത ഏതോ ഒരു ഗ്രഹത്തിന്റെ ആകർഷണം (ഗ്രാവിറ്റേഷൻ) അതിനെ സ്വാധീനിക്കുന്നുണ്ടെന്ന നിഗമനത്തിലെത്തി. ഗണിതശാസ്ത്ര വിശകലനത്തിലൂടെ ഈ ഗ്രഹത്തിന്റെ സ്ഥാനം ലെവറിയർ കണക്കാക്കി. ദൂരദർശിനിയിലൂടെ നിരീക്ഷിച്ചതിന്റെ ഫലമായി ഇതേ സ്ഥാനത്തുതന്നെ പുതിയ ഗ്രഹമായ നെപ്റ്റ്യൂണിനെ കണ്ടെത്തി!

വിദ്യുത് കാന്തതരംഗങ്ങൾ (ഇലക്ട്രോ മാഗ്നറ്റിക് വേവ്സ്) ആണ് മറ്റൊരു ഉദാഹരണം. വൈദ്യുത-കാന്ത പ്രതിഭാസങ്ങളെക്കുറിച്ചുള്ള പരീക്ഷണ നിരീക്ഷണഫലങ്ങൾ മാക്സ്വെൽ എന്ന ഇംഗ്ലീഷ് ശാസ്ത്രജ്ഞൻ ഗണിതശാസ്ത്ര സമവാക്യങ്ങളാക്കി വിദ്യുത് കാന്തതരംഗങ്ങൾക്കുള്ള സാധ്യതയുണ്ടെന്നും അവയുടെ വേഗത പ്രകാശവേഗത തന്നെ ആയിരിക്കണമെന്നും കണ്ടെത്തി. ഇത് പ്രകാശരശ്മികളെക്കുറിച്ചുള്ള ഗവേഷണങ്ങളുടെ (ഒപ്റ്റിക്സ്) ദിശയെ തന്നെ സ്വാധീനിച്ചു എന്നു മാത്രമല്ല പ്രസ്തുത തരംഗങ്ങൾ കണ്ടെത്താനുള്ള ഗവേഷണങ്ങൾക്കും തുടക്കം കുറിച്ചു. ഹെർസ് എന്ന ശാസ്ത്രജ്ഞൻ ഇവ കണ്ടെത്തുകയും ചെയ്തു. ഈ ഒരു കണ്ടുപിടുത്തം കഴിഞ്ഞ നൂറ്റാണ്ടിൽ തന്നെ സമൂഹത്തിൽ ചെലുത്തിയ സ്വാധീനം പ്രത്യേകം പറയേണ്ടതില്ലല്ലോ?

ചുരുക്കത്തിൽ ഗണിതശാസ്ത്രത്തിന്റെ പ്രയോഗക്ഷമത എണ്ണൽ, അളക്കൽ, കണക്കുകൂട്ടൽ തുടങ്ങിയ നേരിട്ടുള്ള ക്രിയകളിൽ മാത്രം ഒതുങ്ങുന്നില്ല. ഭൗതികം, രസതന്ത്രം തുടങ്ങിയ മറ്റു ശാസ്ത്രശാഖകളിൽ നടക്കുന്ന പരീക്ഷണ നിരീക്ഷണങ്ങൾ വഴി കണ്ടെത്തുന്ന പ്രതിഭാസങ്ങൾ താത്വിക വിശകലനങ്ങൾക്കു വിധേയമാക്കപ്പെടുന്നു. ഇതാകട്ടെ ഈ പ്രതിഭാസങ്ങളെ പ്രതിനിധാനം ചെയ്യുന്ന ഗണിതശാസ്ത്ര തത്വങ്ങളിലേക്കു നയിക്കുന്നു. ഇവയുടെ തുടർന്നുള്ള (ഗണിതശാസ്ത്രപരമായ) അപഗ്രഥനങ്ങൾ നിഗമനങ്ങളിലേക്കു നയിക്കുന്നതുകൂടാതെ പുതിയ കണ്ടുപിടുത്തങ്ങളിലേക്കും നയിക്കാം. ഇതു പലപ്പോഴും ഗണിതശാസ്ത്രത്തിൽ തന്നെ പുതിയ കണ്ടെത്തലുകൾക്കും കാരണമായിട്ടുണ്ട്.

നിർവചനങ്ങളെയും പ്രമാണങ്ങളെയും അടിസ്ഥാനമാക്കിയുള്ള തെളിവുകളില്ലാതെ ഗണിതശാസ്ത്ര തത്വങ്ങൾ അംഗീകരിക്കപ്പെടുന്നില്ല എന്നു മുമ്പു പറഞ്ഞല്ലോ? സഹജബോധം (ഇന്റ്യൂഷൻ), പരീക്ഷണം, ആഗമനം (ഇന്റക്ഷൻ), ഊഹങ്ങൾ എന്നിവ ഗണിതശാസ്ത്രത്തിന് അന്യമാണെന്ന് ഇതിൽനിന്ന് അർഥമാക്കേണ്ടതില്ല. ഗണിതശാസ്ത്രതത്വമായി അംഗീകരിക്കപ്പെടണമെങ്കിൽ എന്തെല്ലാം നിബന്ധനകളുണ്ടെന്നു മാത്രമാണ് വിവക്ഷ. ഉദാഹരണത്തിന് ചതുരങ്ങളുടെ വിസ്തീർണം കാണുന്നതിന്

വിസ്തീർണം = നീളം x വീതി

എന്ന സമവാക്യം ബാബിലോണിയക്കാർ സഹസ്രാബ്ദങ്ങൾക്കുമുമ്പ് കണ്ടെത്തുകയും പ്രയോഗിക്കുകയും ചെയ്തിരുന്നു. എന്നാൽ യൂക്ലിഡിന്റെ 'മൂലപ്രമാണ'ങ്ങളിൽ (എലമെന്റ്സ്) ഗണിതശാസ്ത്ര രീതിയിൽ തെളിയിക്കപ്പെട്ടപ്പോൾ മാത്രമെ അതൊരു ഗണിതശാസ്ത്ര സത്യമായി അംഗീകരിക്കപ്പെട്ടുള്ളു.

എന്നാൽ ഈ നിഷ്കർഷക്ക് രണ്ടാം ലോകമഹായുദ്ധത്തോടെ മങ്ങലേറ്റിട്ടുണ്ട്. പ്രായോഗികമായ പല അറിവുകളേയും ഗണിതശാസ്ത്രം (മാത്തമാറ്റിക്കൽ സയൻസ്) എന്ന് അംഗീകരിച്ച് പ്രയോഗിക്കേണ്ടി വന്ന

പ്പോൾ പ്രയോജനവാദ (പ്രാഗ്മാറ്റിസം) ത്തിന് പ്രാമുഖ്യം വന്നു. (ഹെവിസൈഡ് എന്ന ശാസ്ത്രജ്ഞന്റെ പ്രസിദ്ധമായ ഒരു ചോദ്യമുണ്ട് - "ദഹനപ്രക്രിയയെക്കുറിച്ച് പഠിച്ചശേഷമേ ഭക്ഷണം കഴിക്കൂ എന്ന് ശാഠ്യം പിടിക്കാമോ?") ഇതാകട്ടെ ഗണിതശാസ്ത്രത്തെ എഞ്ചിനീയറിംഗ്, സാങ്കേതികവിദ്യകൾ എന്നിവയുടെ നിലവാരത്തിലേക്കു കൊണ്ടുവന്നു. ചിലരുടെ അഭിപ്രായത്തിൽ ഇത് ഗണിതശാസ്ത്രത്തെ 'മൗലികവാദികളുടെ' കൈകളിൽനിന്നു മോചിപ്പിച്ച് കൂടുതൽ ജനകീയമാക്കി. ഇവരുടെ അഭിപ്രായത്തിൽ നിഷ്കൃഷ്ടതയ്ക്കുള്ള നിർബന്ധം എന്നത് ഒരു ആഡംബരമോ അനാവശ്യമോ ആണ്. ഉദാഹരണത്തിന് അത്രയൊന്നും മൗലികമല്ലാത്ത ഗണിതശാസ്ത്രത്തിന്റെ പിൻബലമില്ലാതെ ആധുനികയുദ്ധങ്ങൾ അസാധ്യങ്ങളാണെന്നു പറയാം.

രണ്ടാം ലോകയുദ്ധകാലത്ത് ജന്മമെടുത്ത ഒരു ഗണിതശാസ്ത്ര ശാഖയാണ് 'ഓപ്പറേഷൻസ് റിസർച്ച്'. ഇവിടെ ഓപ്പറേഷൻസ് എന്നു പറഞ്ഞാൽ സൈനിക ആക്രമണങ്ങൾ (മിലിറ്ററി ഓപ്പറേഷൻസ്) തന്നെയാണ് വിവക്ഷിച്ചിരുന്നതെങ്കിലും ഈ പഠനശാഖ സമാധാനകാലത്ത് മറ്റെല്ലാ മണ്ഡലങ്ങളിലും ഉപയോഗം കണ്ടെത്തിയിട്ടുണ്ട്. ലാഭം വർധിപ്പിക്കുന്നതിനും, ഒഴിവാക്കാനാവാത്ത നഷ്ടങ്ങൾ കുറയ്ക്കാനുമുള്ള വഴികൾ കണ്ടെത്താനുള്ള രീതികളാണ് ഇതിലെ പ്രതിപാദ്യം. പ്രായോഗിക പ്രശ്നങ്ങൾ കൈകാര്യം ചെയ്യാൻ ഉയർന്നുവന്ന ഒരു ശാസ്ത്രശാഖയാണെങ്കിലും ഗണിതശാസ്ത്രത്തിന്റെ നിഷ്കൃഷ്ടത ഇതിലേക്കും സന്നിവേശിപ്പിച്ചിട്ടുണ്ട്. അതുകൊണ്ടുതന്നെ ഒരു ഗണിതശാസ്ത്ര ശാഖയായും ഇതിനെ കണക്കാക്കുന്നു.

3

വികാസത്തിന്റെ വിവിധ കാലഘട്ടങ്ങൾ

ഗണിതശാസ്ത്രത്തിന്റെ കാര്യത്തിൽ പാശ്ചാത്യം, പൗരസ്ത്യം എന്ന വേർതിരിവിന് വലിയ പ്രസക്തിയില്ലെന്നാണ് ഈ ഗ്രന്ഥകാരന്റെ അഭിപ്രായം. ആധുനിക ഗണിതശാസ്ത്രത്തിന്റെ പ്രഭവകേന്ദ്രമായ ഗ്രീസ് പൗരസ്ത്യ രാജ്യങ്ങളുമായും വിവിധ മേഖലകളിൽ ബന്ധം പുലർത്തിയിരുന്നു. അതിനാൽ തന്നെ ഇന്നത്തെ പാശ്ചാത്യശാസ്ത്രം പൗരസ്ത്യ രാജ്യങ്ങളോടും കടപ്പെട്ടിരിക്കുന്നു. പരസ്പര സമ്പർക്കത്തിന്റെ വർധനവിന്റേയും, പാശ്ചാത്യ രീതിയിലുള്ള വിദ്യാഭ്യാസത്തിന്റെ വ്യാപനത്തിന്റെയും ഫലമായി ശാസ്ത്ര പുരോഗതിയുടെ സാർവലൗകിക സ്വഭാവത്തിനും ഏറെ മാറ്റമുണ്ടായിട്ടുണ്ട്. വാർത്താ വിതരണ രംഗത്തെ അഭൂതപൂർവമായ കുതിച്ചുചാട്ടം ഗവേഷണഫലങ്ങളുടെ പ്രസരണത്തിൽ വിപ്ലവകരമായ മാറ്റങ്ങൾ തന്നെ ഉണ്ടാക്കിയിട്ടുണ്ട്. കഴിഞ്ഞ നൂറ്റാണ്ടിന്റെ എൺപതുകൾ വരെ ഗവേഷണഫലങ്ങളുടെ വ്യാപനം പ്രായേണ മന്ദഗതിയിലായിരുന്നു. പ്രത്യേകിച്ചും പ്രസിദ്ധീകരണങ്ങൾ നമുക്കു ലഭിക്കാൻ മാസങ്ങൾ തന്നെ വേണ്ടിവന്നിരുന്നു. എന്നാൽ ഇന്നാകട്ടെ ഇവയ്ക്കെല്ലാം ഇലക്ട്രോണിക് പതിപ്പുകളുണ്ട്. ഇന്റർനെറ്റു വഴി അവ ഞൊടിയിടയിൽ നമ്മുടെ മേശപ്പുറത്തെത്തുന്നു.

ഈ ഒരു നിലപാടിൽ നിന്ന് ഗണിതശാസ്ത്രത്തിന്റെ വളർച്ചയെ നമുക്ക് ഏഴ് ഘട്ടങ്ങളായി വിഭജിക്കാം.

1. ചരിത്രാതീത കാലം മുതൽ പുരാതന ബാബിലോണിയൻ, ഈജിപ്ത്യൻ ഗണിതശാസ്ത്രം വരെ.
2 ക്രിസ്തുവിനു മുമ്പ് ആറാം നൂറ്റാണ്ടു മുതൽ ക്രിസ്ത്വബ്ദം നാലാം നൂറ്റാണ്ടിന്റെ ആരംഭം വരെ – ഗ്രീസിന്റെ സംഭാവനകൾ.

3. നവോത്ഥാന - മത നവീകരണ കാലഘട്ടം : ഏകദേശം പതിനഞ്ച് പതിനാറ് നൂറ്റാണ്ടുകളിലെ യൂറോപ്പ്.
4. പതിനേഴും പതിനെട്ടും നൂറ്റാണ്ടുകൾ.
5. പത്തൊമ്പതാം നൂറ്റാണ്ട്.
6. ഇരുപതാം നൂറ്റാണ്ടിന്റെ ആദ്യ പകുതി
7. സമകാലീനം

ഇവയെ നമുക്ക് ഒന്നൊന്നായി പരിഗണിക്കാം.

പുരാതന ഗണിതശാസ്ത്രം

ഒരു പ്രത്യേക പഠന വിഷയമെന്ന നിലയിൽ ഗണിതശാസ്ത്രം രൂപം പൂണ്ടത് ഈ കാലഘട്ടത്തിലാണ്. പുരാപ്രസ്തര കാലത്തോടെ (പാലിയോലിത്തിക് ഏജ്. ഉദ്ദേശം അഞ്ചു ലക്ഷം മുതൽ പതിനായിരം വർഷം മുമ്പുവരെ ഉള്ള കാലം. കല്ലുകൾകൊണ്ട് ആയുധങ്ങൾ നിർമിച്ചു തുടങ്ങിയത് ഇക്കാലത്താണ്) യാണ് ഇതിന്റെ ആരംഭം. എണ്ണാനുള്ള കഴിവിൽ നിന്നു തുടങ്ങി ബാബിലോണിയയിലും ഈജിപ്റ്റിലും ഭാരതത്തിലും ചൈനയിലും ആഫ്രിക്കയിലും അമേരിക്കയിലുമായി പരന്നു കിടക്കുന്ന നല്ലൊരു വിജ്ഞാനസമ്പത്തും ഈ കാലയളവിലേതായുണ്ട്. ഇവയുടെയെല്ലാം ഉള്ളടക്കം അങ്കഗണിതത്തിലേയും ജ്യാമിതിയിലേയും പ്രത്യേക പ്രശ്നങ്ങൾ നിർധാരണം ചെയ്യുന്നവയാണ്. ഇന്നു നാം ഗണിതശാസ്ത്രത്തിൽ നിഷ്കർഷിക്കുന്ന നിലവാരത്തിലുള്ള യുക്തിഭദ്രതയോ സാമാന്യവൽക്കരണമോ ഒന്നും ഇവയിൽ നമുക്ക് ദർശിക്കാൻ കഴിഞ്ഞെന്നു വരില്ല.

ഗ്രീസിന്റെ സംഭാവനകൾ

ഗ്രീക്ക് ഗണിതശാസ്ത്രത്തെക്കുറിച്ചു പറയുമ്പോൾ നമുക്ക് രണ്ടു ഘട്ടങ്ങളെ വേർതിരിച്ചു കാണേണ്ടതുണ്ട് - ഏകദേശം ക്രിസ്തുവിനു മുമ്പ് അറുന്നൂറാമാണ്ടു മുതൽ മുന്നൂറാമാണ്ടുവരെയുള്ള ഗ്രീക്ക് സംസ്കൃതിയുടെ ക്ലാസിക്കൽ കാലഘട്ടവും അതിനുശേഷം ക്രിസ്ത്വബ്ദം നാന്നൂറാമാണ്ടുവരെയുള്ള കാലഘട്ടവും.

ഥേൽസ്

ക്ലാസിക്കൽ ഘട്ടത്തിൽ ഗ്രീക്ക് സംസ്കാരം ഈജിപ്ഷ്യൻ-ബാബിലോണിയൻ വിജ്ഞാന സമ്പത്തിനെ സ്വാംശീകരിക്കുകയും കൂലങ്കഷമായ വിശകലനത്തിന് വിധേയമാക്കുകയും

ചെയ്തു. ഈ കാലഘട്ടത്തോടു ബന്ധപ്പെടുത്തി അനുസ്മരിക്കേണ്ട രണ്ടു പണ്ഡിതന്മാരുണ്ട് - മിലെറ്റസ്സിലെ ഥേൽസും പൈതഗോറസും.

ക്രിസ്തുവിനുമുമ്പ് ആറാം നൂറ്റാണ്ടിൽ ജീവിച്ചിരുന്നതായി കരുതപ്പെടുന്ന ഥേൽസ് ഭൗതികവാദിയായ ഒരു ശാസ്ത്രജ്ഞനായിരുന്നു. സ്രഷ്ടാവായ ദൈവത്തിന്റെ ആവശ്യം അദ്ദേഹത്തിനു ബോധ്യപ്പെട്ടിരുന്നില്ല. ഈജിപ്റ്റിൽ നിന്ന് താൻ പഠിച്ച ജ്യാമിതിയെ അദ്ദേഹം ഏറെ വികസിപ്പിച്ചതായി കരുതപ്പെടുന്നു. ഗ്രീക്കു ശാസ്ത്രവീക്ഷണത്തിന്റെ ഉപജ്ഞാതാവായും അദ്ദേഹം ഗണിക്കപ്പെടുന്നു. അമൂർത്തവൽക്കരണം അതിന്റെ ഒരു സവിശേഷതയായിരുന്നു. യുക്തിഭദ്രതയും യാഥാർഥ്യബോധവും അതിന്റെ മറ്റു രണ്ടു സവിശേഷതകളായിരുന്നു.

യാഥാർഥ്യബോധമുണ്ടായിരുന്നതിനാൽ അനുഭവങ്ങളിൽ നിന്ന് ഗ്രീക്കുകാർ പഠിക്കാൻ തയ്യാറായി. യുക്തിയുക്തമായ ചിന്തയുടെ സഹായത്താൽ ഉചിതമായ തീരുമാനങ്ങളിലെത്താൻ അവർക്കു കഴിഞ്ഞു. ഇതാണ് ശാസ്ത്രത്തിന്റെ സർവതോമുഖമായ വളർച്ചയുടെ പതാകാവാഹകരാകാൻ ഗ്രീസിനെ പ്രാപ്തമാക്കിയത്.

ഗ്രീക്കു ശാസ്ത്രരീതിയുടെ ഉപജ്ഞാതാവെന്ന നിലയിൽ പല കണ്ടുപിടുത്തങ്ങളും ഥേൽസിന്റെ പേരിലാണ് അറിയപ്പെടുന്നത്. ഉദാഹരണമായി അരിസ്റ്റോട്ടിലിന്റെ ശിഷ്യനായിരുന്ന യൂഡേമസ് എഴുതിയ *ജ്യാമിതിയുടെ ചരിത്രം* എന്ന ഗ്രന്ഥത്തിൽ ഥേൽസിന്റേതായി രണ്ടു കണ്ടുപിടുത്തങ്ങൾ പറയുന്നുണ്ട്.

1) ഏതൊരു വ്യാസവും ഒരു വൃത്തത്തെ രണ്ടു സമഭാഗങ്ങളായി വിഭജിക്കുന്നു.
2) സമപാർശ്വ ത്രികോണങ്ങളുടെ പാദകോണുകൾ തുല്യമായിരിക്കും.

പക്ഷേ ഥേൽസിനെപോലെ ഒരു പ്രതിഭ ഇവയേക്കാൾ കൂടുതൽ ഗൗരവമുള്ള ശാസ്ത്രപ്രശ്നങ്ങൾ പരിഗണിച്ചിട്ടുണ്ടാവണമെന്നാണ് വിശ്വസിക്കപ്പെടുന്നത്.

ജ്യാമിതിയിൽ തെളിവ് എന്ന ആശയം ഥേൽസിന്റെ സംഭാവനയായാണ് അറിയപ്പെടുന്നത്. അതുപോലെതന്നെ നിഗമനിക (ഡിഡക്ടീവ്) സമ്പ്രദായവും. ഗണിതശാസ്ത്രത്തിൽ മൊത്തത്തിൽ തന്നെ പ്രമാണങ്ങളെ അടിസ്ഥാനമാക്കിയുള്ള യുക്തിവാദം കൊണ്ട് സ്ഥാപിക്കാൻ കഴിയുന്നവ മാത്രമേ ഗണിതശാസ്ത്ര സത്യങ്ങളായി അംഗീകരിക്കപ്പെടൂ എന്ന ചിന്താഗതിക്ക് തുടക്കം കുറിച്ചതാണ് അദ്ദേഹത്തിന്റെ ഏറ്റവും വലിയ സംഭാവനയായി കണക്കാക്കപ്പെടുന്നത്.

സ്വദേശമായ മിലേത്തൂസിൽ അദ്ദേഹം ഒരു വിദ്യാലയം സ്ഥാപിച്ചു. പൈതഗോറസ് തുടങ്ങി പിൽക്കാല പ്രതിഭകൾ ഈ വിദ്യാലയത്തിൽനിന്നും പഠിച്ചിറങ്ങിയവരാണ്.

എന്നാൽ ഈ കാലഘട്ടത്തിലും ഗണിതശാസ്ത്രത്തിന്റെ അടിത്തറ ഉറച്ചു കഴിഞ്ഞിരുന്നില്ല. എടുത്തു പറയാവുന്ന ഉദാഹരണമാണ് 'സെനോയുടെ വിരോധാഭാസങ്ങൾ' (പാരഡോക്സുകൾ). ഇവയിൽ ആദ്യത്തേതായ 'ആക്കിലെസ്സും ആമയുമായുള്ള ഓട്ടപ്പന്തയം' നമുക്കു പരിഗണിക്കാം.

ആക്കിലെസ്സ് ഗ്രീക്ക് ഇതിഹാസമായ ഇലിയഡിലെ ഒരു നായകനാണ്. ഒരു ആമ അദ്ദേഹത്തെ വെല്ലുവിളിച്ചു - ഒരു ഓട്ടപ്പന്തയത്തിന്. ഒരൊറ്റ നിബന്ധന മാത്രം - ആമ അൽപ്പം ദൂരം മുന്നിൽ നിന്ന് ഓട്ടം ആരംഭിക്കും. പന്തയം തുടങ്ങാതെ തന്നെ ആമ ആക്കിലെസ്സിനെ തോൽപ്പിച്ചു എന്നാണ് കഥ.

ആമ ആക്കിലെസ്സിനേക്കാൾ 10 മീറ്റർ മുന്നിലാണ് നിൽക്കുന്നതെരിക്കട്ടെ. 4 സെക്കന്റുകൾ കൊണ്ട് ആക്കിലെസ്സ് ഈ ദൂരം ഓടിയെത്തുമെന്നും. എന്നാൽ ഈ നാലു സെക്കന്റിൽ ആമ കുറച്ചു ദൂരം ഓടിയിരിക്കുമല്ലോ? അപ്പോൾ ആമ വീണ്ടും മുന്നിൽ തന്നെ. ഇത് ആവർത്തിച്ചുകൊണ്ടേയിരിക്കും. ഈ വാദഗതി വിശ്വസിച്ച ആക്കിലെസ്സ് സാഹസത്തിനു തുനിയാതെ തോൽവി സമ്മതിച്ചു പിന്മാറി എന്നാണ് കഥ.

ഈ കഥ ദാർശനികമായാണ് ചർച്ച ചെയ്യപ്പെടാറുള്ളത്. ഗണിതശാസ്ത്രപരമായ അഖണ്ഡതയെ (കണ്ടിന്വസ് ക്വാണ്ടിറ്റി) കുറിച്ചാണെങ്കിലും സെനോ സ്ഥലകാലങ്ങളെക്കുറിച്ചാണ് സംസാരിച്ചിരുന്നത് - അവയുടെ ഗണിതശാസ്ത്ര മാതൃകയെ കുറിച്ചല്ല. ഒരു ഗണിതശാസ്ത്ര പ്രശ്നമായി പരിഗണിച്ചിരുന്നെങ്കിൽ ആക്കിലെസ്സിന് ആമ തോൽക്കുമെന്നു കാണാൻ കഴിയുമായിരുന്നു.

ഇതുപോലെ തന്നെയാണ് $\sqrt{2}$ ഒരു അപരിമേയ സംഖ്യയാണെന്ന 'പൈതഗോറസിന്റെ' കണ്ടെത്തലും. പൈതഗോറസ് എല്ലാത്തിനെയും സംഖ്യകളുടെ അടിസ്ഥാനത്തിലാണ് നോക്കിക്കണ്ടിരുന്നത്. ഒരു രേഖാഖണ്ഡമാണെങ്കിൽ അത് ഒരു നിശ്ചിത എണ്ണം ബിന്ദുക്കളെക്കൊണ്ടായിരിക്കണം നിർമിച്ചിരിക്കുന്നത്. ഇപ്പോൾ അസംബന്ധമായി തോന്നാമെങ്കിലും ഒറ്റ സംഖ്യ എണ്ണമായി വരുന്ന ബിന്ദുക്കളെക്കൊണ്ടുണ്ടാക്കിയ ഒരു രേഖാഖണ്ഡത്തെ സമഭാഗം ചെയ്യാൻ സാധിക്കയില്ലെന്ന് ആത്മാർഥമായി വിശ്വസിച്ചിരുന്ന 'പൈതഗോറിയന്മാർ' ഉണ്ടായിരുന്നു.

$\sqrt{2}$ ഒരു അപരിമേയ സംഖ്യയാണെന്നതിന് പൈതഗോറസിന്റെ തെളിവ് താഴെ പറയും പ്രകാരമായിരുന്നു. k എന്ന ഒരു ഒറ്റ സംഖ്യ എണ്ണമായുള്ള ബിന്ദുക്കൾ കൊണ്ടുണ്ടാക്കിയ വശങ്ങളുള്ള ഒരു സമചതുരം സങ്കൽപ്പിക്കുക. ഇതിന്റെ കർണത്തിലുള്ള ബിന്ദുക്കളുടെ എണ്ണം (n എന്നിരിക്കട്ടെ) ഒറ്റ സംഖ്യയോ ഇരട്ട സംഖ്യയോ എന്നതാണ് ചോദ്യം.

പൈതഗോറസ് സിദ്ധാന്തമനുസരിച്ച് ഇതിന്റെ കർണത്തിലുള്ള ബിന്ദുക്കൾ $\sqrt{2}k$ ആണ്. അതിനാൽ n^2 ഒരു ഇരട്ടസംഖ്യയാണ്. ഒരു ഇരട്ടസംഖ്യയുടെ വർഗമെ ഇരട്ടസംഖ്യയാകാൻ തരമുള്ളു. അതിനാൽ

n ഇരട്ട സംഖ്യയാണ്; അഥവാ രണ്ടിന്റെ ഗുണിതമാണ്. അതിനാൽ $2k^2$ നാലിന്റെ ഗുണിതമായിരിക്കണം. എന്നാൽ k ഒറ്റയാണെങ്കിൽ $2k^2$ നാലിന്റെ ഗുണിതമാകാൻ സാധ്യമല്ല. ഇതിൽനിന്ന് പൈതഗോറസിന് ഒരു തീരുമാനത്തിലുമെത്താൻ സാധിച്ചില്ല എന്നു മാത്രമേ പറയാനാകൂ. $\sqrt{2}$ അപരിമേയ സംഖ്യയാണെന്ന് കണ്ടെത്തിയെന്നു പറയാനാവില്ല. ഒരു വൈരുധ്യത്തിലെത്തി എന്നതുകൊണ്ടുമാത്രം ഒരു തെളിവ് കണ്ടെത്തി എന്നു പറയാനാവില്ല. കാരണം അസംഗതി പ്രദർശനം (റിഡ ക്ഷ്യോ-അഡ്-അബ്സർഡം) എന്ന ഗണിതശാസ്ത്രരീതി അന്ന് അറി യുമായിരുന്നില്ല (അഥവാ ഈ രീതി കണ്ടെത്തുവാൻ പൈതഗോറസി നുമായില്ല!). മാത്രമല്ല പൈതഗോറിയന്മാരെ സംബന്ധിച്ചിടത്തോളം ഈ വൈരുധ്യത്തിന്റെ ഉറവിടം അവരുടെ സങ്കൽപ്പത്തിലെ തകരാറല്ല (അ തായത് കർണത്തിലെ ബിന്ദുക്കളുടെ എണ്ണം ഒറ്റയോ ഇരട്ടയോ എന്നു പറയാൻ വയ്യ). അതിനാൽ തന്നെ ഈ കാലത്തെ ഗണിതം പൂർണ അർഥത്തിൽ ഒരു ശാസ്ത്രമായിരുന്നില്ല.

ഗ്രീക്ക് സംസ്കാരത്തിന്റെ സുവർണ കാലമായിരുന്നു പിന്നീടുവന്ന ഹെല്ലെനിസ്റ്റിക് യുഗം. ഗ്രീക്ക് ചക്രവർത്തിയായിരുന്ന അലക്സാണ്ടറുടെ മരണത്തോടെ, ക്രിസ്തുവിനു മുമ്പ് 323-ാം ആണ്ട് ആണ് ഈ യുഗ ത്തിന്റെ ആരംഭമായി കണക്കാക്കപ്പെടുന്നത്.

അലക്സാണ്ടർക്ക് മുമ്പ് ഗ്രീസ് സ്വതന്ത്രമായ, പലപ്പോഴും പര സ്പരം കലഹിച്ചുകൊണ്ടിരുന്ന, വിവിധ നാട്ടുരാജ്യങ്ങളുടെ ഒരു കൂട്ടമാ യിരുന്നു. ഇവയ്ക്കെല്ലാം ഭൂമിശാസ്ത്രപരമായും ഭാഷാപരമായും ഒരു ഏകത്വമുണ്ടായിരുന്നു എന്നുമാത്രം. അലക്സാണ്ടർ ഇവയെ എല്ലാം ഒന്നി ച്ചുചേർത്ത് തന്റെ സാമ്രാജ്യമുണ്ടാക്കി (അദ്ദേഹത്തിന്റെ സാമ്രാജ്യം ഗ്രീസിൽ മാത്രം ഒതുങ്ങിയിരുന്നില്ല എന്നു പറയേണ്ടതില്ലല്ലോ?).

അലക്സാണ്ടറുടെ മരണശേഷം ഈ സാമ്രാജ്യം വിവിധ സൈനിക മേധാവികളുടെ കീഴിൽ ഭാഗിക്കപ്പെട്ടു. ഇവയിൽ, ഗണിത ശാസ്ത്രത്തെ സംബന്ധിച്ചിടത്തോളം, പ്രധാനപ്പെട്ട രണ്ടെണ്ണമായിരുന്നു ഈജിപ്റ്റിലെ ടോളമി രാജവംശവും ബാബിലോണിയയിലെ സെലൂസിഡ് രാജവംശ വും. ഇവയിൽ തന്നെ ഏറ്റവും പ്രധാനപ്പെട്ട പഠനകേന്ദ്രമായിരുന്ന ഈജി പ്റ്റിലെ അലക്സാൻഡ്രിയ നഗരം ക്രി മു 331-ൽ തന്നെ സ്ഥാപിതമാ യിരുന്നു. ഇതാകട്ടെ ജൂതന്മാർ, പേർഷ്യക്കാർ, ബാബിലോണിയക്കാർ, ഫിനീഷ്യൻമാർ തുടങ്ങിയവർ മാത്രമല്ല വിദൂരസ്ഥമായ ഭാരതത്തിൽ നിന്നുപോലുമുള്ള പണ്ഡിതന്മാരുടെ ഒരു സംഗമകേന്ദ്രമായി. മാത്രമല്ല സെലൂസിഡ് രാജവംശവുമായും ഇതിന് സജീവമായ ബന്ധം നിലവി ലുണ്ടായിരുന്നു.

ഗ്രീക്ക് ഗണിതശാസ്ത്രത്തിന്റെ സ്വഭാവം ക്രമേണ മാറാൻ തുടങ്ങി - ബീജഗണിതവും അനുഭവൈകജ്ഞാനവും (എമ്പിരിസിസം) അടിസ്ഥാ നമാക്കിയുള്ള ബാബിലോണിയനും ഈജിപ്ഷ്യനും അനുഭവൈകജ്ഞാ

നത്തെ പാടെ നിഷേധിക്കുന്ന ഗ്രീക്ക് ശാസ്ത്രവും ചേർന്നതിന്റെ ഫലമായി കാലാതിവർത്തികളായ ഏതാനും പ്രതിഭകൾ ഉയർന്നുവന്നു. ഇവരിൽ പ്രധാനികളാണ് ആർക്കിമെഡിസ്, അപ്പോളോണിയസ്, യൂക്ലിഡ്, ഡയോഫാന്റസ് തുടങ്ങിയവർ.

ഈ അർഥത്തിൽ അലക്സാൻഡ്രിയൻ ഗണിതശാസ്ത്രത്തെ ഗ്രീക്ക് ശാസ്ത്രമെന്നു വിളിക്കുന്നത് പൂർണമായും ശരിയായിരിക്കയില്ല - ബുദ്ധിപരവും സാംസ്കാരികവുമായി ഗ്രീക്കു പാരമ്പര്യത്തിന്റെ പശ്ചാത്തലം ഉണ്ടായിരുന്നെന്നു മാത്രം.

ക്രിസ്തുവിനു മുമ്പ് 212-ൽ ആർക്കിമെഡിസ് വധിക്കപ്പെട്ടശേഷം ഹെല്ലെനിസ്റ്റിക് കേന്ദ്രങ്ങൾ റോമക്കാർ കീഴടക്കി. ഇതോടെ ശാസ്ത്ര പഠനം അതിവേഗം താഴോട്ടുപോയി. റോമൻ ചക്രവർത്തി ഗ്രീക്കുകാരെ തേടിപ്പിടിച്ചു വധിച്ചിരുന്നതാണ് ഒരു കാരണം. റോമൻ സാമ്രാജ്യത്തിന്റെ സ്ഥാപനകാലം - ക്രിസ്തുവിനു മുമ്പ് 30-ാം ആണ്ട് - ഹെല്ലെനിസ്റ്റിക് കാലഘട്ടത്തിന്റെ അവസാനമായാണ് കണക്കാക്കപ്പെടുന്നത്. എന്നാൽ തുടർന്നു നിലവിൽ വന്ന റോമൻ സാമ്രാജ്യത്തിലും ഹെല്ലെനിസ്റ്റിക് സംസ്കാരം ഇടം കണ്ടെത്തി.

ഹെല്ലെനിസ്റ്റിക് കാലഘട്ടത്തിനു ശേഷവും ഗണിതശാസ്ത്രത്തിന് ഗ്രീക്ക് സംഭാവനകൾ ക്രിസ്ത്വബ്ദം നാനൂറാമാണ്ടു വരെ തുടർന്നതായാണ് കണക്കാക്കപ്പെടുന്നത്. മനുഷ്യചിന്തയ്ക്ക് ഗ്രീക്കുകാർ നൽകിയിട്ടുള്ള താഴെ പറയുന്ന രണ്ട് സംഭാവനകളാണ് ഏറെ പ്രധാനം:

എ) പൂർവ്വകൽപ്പിത പ്രസ്താവങ്ങളെ ആധാരമാക്കി യുക്തിപരമായി പുതിയ പ്രസ്താവങ്ങളിൽ എത്തിച്ചേരൽ എന്ന നിഗമനരീതി (ഡിഡക്ടീവ് റീസണിങ്ങ്).

ബി) പ്രകൃതിയെ ഗണിതശാസ്ത്രത്തിലൂടെ മനസിലാക്കാൻ സാധിക്കുമെന്നും പ്രകൃതിയുടെ നിഗൂഢതകളെ അനാവരണം ചെയ്യാൻ ഏറ്റവും യുക്തമായ ഭാഷ ഗണിതശാസ്ത്രമാണ് എന്നുമുള്ള തിരിച്ചറിവ്. ക്രിസ്തുവിനു മുമ്പ് നാലാം നൂറ്റാണ്ടോടെ തന്നെ ഈ ആശയങ്ങൾക്ക് പ്രാബല്യം ലഭിച്ചിരുന്നു.

ഹെല്ലെനിസ്റ്റിക് കാലഘട്ടവുമായി ബന്ധപ്പെട്ട് ഏറ്റവും മുമ്പിലെത്തുന്ന രണ്ടു നാമധേയങ്ങളാണ് യൂക്ലിഡും, ആർക്കിമെഡീസും. *മൂല പ്രമാണങ്ങൾ* എന്ന യൂക്ലിഡിന്റെ കൃതി രണ്ടായിരത്തിലേറെ വർഷക്കാലം ഗണിതശാസ്ത്ര പാഠ്യപദ്ധതിയുടെ അടിസ്ഥാനമായിരുന്നു. അതുപോലെ ആദ്യത്തെ പ്രയുക്ത ഗണിതശാസ്ത്രജ്ഞനായി (അപ്ലൈഡ് മാത്തമാറ്റീഷ്യൻ) ഗണിക്കപ്പെടുന്ന ആർക്കിമെഡീസ് തന്റെ ശ്രദ്ധയിൽപ്പെട്ട എന്തും ഗണിതശാസ്ത്രത്തിന്റെ പുരോഗതിക്ക് ഉപയോഗിച്ചു. സമകാലീനരായ പലരേയും പോലെ അദ്ദേഹം പരീക്ഷണങ്ങളെ പുച്ഛിച്ചു തള്ളിയില്ല. സ്ഥൈതികം (സ്റ്റാറ്റിക്സ്), ദ്രവസ്ഥിതികം (ഹൈഡ്രോസ്റ്റാറ്റിക്സ്)

എന്നിവയിലെ ആദ്യപാഠങ്ങൾ അദ്ദേഹത്തിന്റെ സംഭാവനകളാണ്.

എടുത്തു പറയേണ്ട മറ്റൊരു ഗണിതശാസ്ത്രജ്ഞനാണ് ഗ്രീക്ക് തത്വജ്ഞാനിയായിരുന്ന പ്ലേറ്റോയുടെ ശിഷ്യനും സുഹൃത്തുമായിരുന്ന യൂഡോക്സസ്സ്. അനുപാതങ്ങളെക്കുറിച്ചുള്ള അദ്ദേഹത്തിന്റെ പഠനങ്ങൾ സംഖ്യാസിദ്ധാന്തത്തിൽ തന്നെ നാഴികക്കല്ലുകളായിരുന്നു എന്നു മാത്ര മല്ല ഇവയെക്കുറിച്ച് കൂടുതൽ ഉൾക്കാഴ്ച നേടാൻ പത്തൊമ്പതാം നൂറ്റാണ്ടിന്റെ ഉത്തരാർഥംവരെ കാത്തിരിക്കേണ്ടിവന്നു. ഈ കാലഘട്ടത്തിൽ തന്നെയാണ് പ്ലേറ്റോയും ഒരു ഗണിതശാസ്ത്രജ്ഞനെന്ന അംഗീകാരം നേടിയത്. യുഡോക്സസിന്റെ ശിഷ്യനും അലക്സാണ്ടറുടെ അധ്യാപകനുമായിരുന്ന മെനേക്കമസ് കോണികങ്ങളുടെ (കോണിക് സെക്ഷൻസ്) ജ്യാമിതിക്ക് പ്രാരംഭം കുറിച്ചു. ഈ കാലത്തെതന്നെ മറ്റൊരു സംഭാവനയാണ് ഹിപ്പോക്രിറ്റിസ് അവതരിപ്പിച്ച 'അസംഗതി പ്രദർശനം' എന്ന ഗണിതശാസ്ത്ര പ്രമേയങ്ങൾ തെളിയിക്കുന്ന രീതി.

ഉദാഹരണത്തിന് $\sqrt{2}$ അപരിമേയസംഖ്യ എന്ന് തെളിയിക്കണമെന്നിരിക്കട്ടെ. ഈ സംഖ്യ പരിമേയമാണെന്ന്, അതായത് $\frac{p}{q}$ എന്ന രൂപത്തിലെഴുതാമെന്ന് കരുതുക. ഇവിടെ p, q എന്നിവയ്ക്ക് പൊതുഘടകങ്ങളില്ലെന്നും നമുക്ക് സങ്കൽപ്പിക്കാം. (ഉണ്ടെങ്കിൽ വെട്ടിക്കളയാമല്ലോ). അപ്പോൾ $p^2=2q^2$ എന്ന് ലഭിക്കുന്നു. അതിനാൽ p^2 ഇരട്ട സംഖ്യയാണ്. അതുകൊണ്ട് P യും ഇരട്ടയാണ്. അപ്പോൾ p^2 നാലിന്റെ ഗുണിതമാണ് എന്ന് ലഭിക്കുന്നു. അതുകൊണ്ടുതന്നെ q^2 ഉം തുടർന്ന് qഉം ഇരട്ട സംഖ്യയാണ് എന്നുവരുന്നു. അഥവാ p, q എന്നിവയ്ക്ക് ഒരു പൊതുഘടകം, 2, ഉണ്ടെന്ന് വരുന്നു. ഇത് നമ്മുടെ ആദ്യത്തെ സങ്കൽപ്പത്തിന് എതിരാണ്. അതുകൊണ്ട് $\sqrt{2}$ പരിമേയസംഖ്യയാണെന്ന സങ്കൽപ്പവും തെറ്റാണ്!

ഈ രീതി തുടർന്നുള്ള നൂറ്റാണ്ടുകളിൽ ഗണിതശാസ്ത്രത്തിൽ സർവസാധാരണമായി പ്രയോജനപ്പെടുത്തിയിട്ടുണ്ടെങ്കിലും ഇരുപതാം നൂറ്റാണ്ടോടെ ഇതിന്റെ അന്ധമായ ഉപയോഗത്തിൽ പ്രശ്നങ്ങൾ കണ്ടെത്തി.

ലോകം ഇന്നേവരെ കണ്ട ജ്യാമിതീയൻമാരിൽ പ്രഥമ ഗണനീയനെന്നു പറയാവുന്ന അപ്പൊളോണിയസ്സും ഹെലെനിസ്റ്റിക് യുഗത്തിൽ തന്നെയാണ് ജീവിച്ചിരുന്നത്. ജ്യാമിതിയുടെ അടിത്തറയിൽ ഈ ഘട്ടത്തിൽ തന്നെ ജ്യോതിശാസ്ത്രം ഒരു ഗണിതശാസ്ത്രശാഖയായി വളർന്നു. ക്രിസ്തുവിനു ശേഷം രണ്ടാം നൂറ്റാണ്ടിലെ ടോളമി, പതിനഞ്ചാം നൂറ്റാണ്ടിലെ കോപ്പർനിക്കസ്, തുടർന്ന് ടൈക്കോബ്രാഹി, കെപ്ലർ എന്നിവരുടെ കൈകളിൽ 18-ാം നൂറ്റാണ്ടുവരെ ജ്യോതിശാസ്ത്രത്തിന്റെ അടിസ്ഥാനം ജ്യാമിതി എന്നതിന് കാര്യമായ വ്യത്യാസമുണ്ടായില്ല. പതിനേഴാം നൂറ്റാണ്ടിൽ ന്യൂട്ടനാണ് ഇത് ബലതന്ത്ര(മെക്കാനിക്സ്)ത്തിന്റെ

ഇറാത്തോസ്ത്തനീസ്

ശാഖയായ ഗതികമാക്കി (ഡൈനാമിക്സ്) മാറ്റിയത്. പാപ്പുസ്സിന്റെ ജ്യാമിതിയിലെ സംഭാവനകളും എടുത്തു പറയേണ്ടുന്നവയാണ്.

ഭൂഭൗതികത്തിന്റെ (ജിയോഫിസിക്സ്) ഒരു ശാഖയായ ജിയോഡസിയിൽ ഇറാത്തോസ്ത്തനീസിന്റെ അന്നത്തെ ദത്തകളും ഉപകരണങ്ങളും പൂർണമായി ഉപയോഗിക്കപ്പെട്ടു. ജ്യാമിതിയിൽ മറ്റൊരു പ്രധാനപ്പെട്ട കണ്ടുപിടുത്തമാണ് ത്രികോണത്തിന്റെ വിസ്തീർണം കാണാനുള്ള ഹെറോണിന്റെ സൂത്രം (ഫോർമുല). ഇദ്ദേഹം ചരിത്രത്തിലെ ഏറ്റവും മഹാനായ എഞ്ചിനീയറിംഗ് ശാസ്ത്രജ്ഞനായാണ് കണക്കാക്കപ്പെടുന്നത്. ഇദ്ദേഹത്തിന്റെ സൂത്രവാക്യപ്രകാരം (മൂന്നു വശങ്ങളുള്ള) ത്രികോണത്തിന്റെ വിസ്തീർണം നാലു രേഖാ ഖണ്ഡങ്ങളുടെ ഗുണനഫലമാണ്. ഇത് യൂക്ലിഡിന്റെ ജ്യാമിതിയുമായി പൊരുത്തപ്പെടുന്നില്ല!

ഹെല്ലെനിസ്റ്റിക് കാലഘട്ടത്തിന്റെ അവസാനം മുതൽ ക്രിസ്ത്വബ്ദം 640 വരെയുള്ള ആറു നൂറ്റാണ്ടുകൾ രണ്ടാം അലക്സാൻഡ്രിയൻ കാലഘട്ടമെന്ന് അറിയപ്പെടുന്നു. ഇതിൽ ആദ്യത്തേത് റോം ഈജിപ്റ്റിനെ പിടിച്ചെടുത്തതും രണ്ടാമത്തേത് മുസ്ലീം ആക്രമണത്തിൽ അലക്സാൻഡ്രിയൻ ഗ്രന്ഥശാലയുടെ നാശവും കുറിക്കുന്നു. എന്നാൽ ഹെല്ലെനിസ്റ്റിക് കാലത്തിന്റെ അന്ത്യമായപ്പോഴേക്കും ഗ്രീസിന്റെ പ്രതാപം അസ്തമിച്ചിരുന്നു. എങ്കിൽപോലും രണ്ടാം അലക്സാൻഡ്രിയൻ യുഗവും എടുത്തു പറയാവുന്ന ചില പേരുകൾ അവശേഷിപ്പിച്ചാണ് കടന്നുപോയത് - ടോളമി, പാപ്പൂസ്, ഡയോഫാന്റസ്.

ടോളമി

ആദ്യകാല ജ്യോതിശാസ്ത്രം ക്രിസ്ത്വബ്ദം രണ്ടാം നൂറ്റാണ്ടിൽ ടോളമിയുടെ ഭൂകേന്ദ്രീകൃത സിദ്ധാന്തത്തോടെ പൂർണ വളർച്ചയെത്തിയി

രുന്നു. ഏകദേശം പതിനാലു നൂറ്റാണ്ടുകളോളം ഈ സിദ്ധാന്തം ജ്യോതി ശാസ്ത്രത്തെ അടക്കിവാണു. ജ്യാമിതിയും അങ്കഗണിതവും ആദ്യമേ തന്നെ രണ്ടു വ്യതിരിക്ത ഗണിതശാസ്ത്രമേഖലകളായി കഴിഞ്ഞിരുന്നു. എന്നാൽ ബീജഗണിതത്തിലും, അങ്കഗണിതത്തിലുമുള്ള പ്രാവീണ്യക്കുറവുമൂലം ടോളമി ത്രികോണമിതിയെ (ട്രിഗണോമെട്രി) മറ്റൊരു സ്വതന്ത്രശാഖയായി കണക്കാക്കി. പാപ്പുസിനെക്കുറിച്ച് നേരത്തെ പറഞ്ഞിട്ടുണ്ട്. എന്നാൽ എടുത്തു പറയേണ്ടുന്ന ഒരു സംഗതിയുണ്ട്. പതിനേഴും പത്തൊമ്പതും നൂറ്റാണ്ടുകളിലെ പ്രക്ഷേപക ജ്യാമിതിയുടേയും (പ്രൊജക്ടീവ് ജ്യോമട്രി) സമാകലനത്തിന്റേയും (ഇന്റഗ്രേഷൻ) മിന്നലാട്ടങ്ങൾ അദ്ദേഹത്തിന്റെ പഠനങ്ങളിൽ കാണാം.

അവസാനമായി ഡയോഫാന്റസിന്റെ കൈകളിൽ അങ്കഗണിതം - സംഖ്യാസിദ്ധാന്തം (നമ്പർ തിയറി അഥവാ ഹയർ അരിത്ത്മാറ്റിക്) - ഒരു നവോത്ഥാനത്തിനു വിധേയമായി. എന്നാൽ ഗ്രീക്ക് ചിന്തകൾക്ക് ഊർജം നഷ്ടപ്പെട്ടിരുന്നതിനാൽ അതും ഏറെ മുന്നോട്ടു പോയില്ല. സ്മരിക്കേണ്ട മറ്റൊരു വസ്തുത ഉണ്ട് - ഡയോഫാന്റസല്ല അദ്ദേഹത്തിന്റെ മുൻഗാമി ഒന്നാം നൂറ്റാണ്ടിലെ നിക്കോമാക്കസ് ആണ് സംഖ്യാ സിദ്ധാന്തം ക്രിസ്ത്യൻ യൂറോപ്പിന് കൈമാറിയത്.

നവോത്ഥാന-മതനവീകരണ കാലഘട്ടം

അവസാനത്തെ ഗ്രീക്ക് ഗണിതശാസ്ത്രജ്ഞന്മാരിൽ ഒരാളായിരുന്നു ഹിപ്പേഷ്യ. ക്രിസ്ത്വബ്ദം നാലാം നൂറ്റാണ്ടിൽ അവരുടെ വധം ഗ്രീക്ക് ഗണിതശാസ്ത്രത്തിന്റെ പതനവും വിശ്വാസത്തിന്റേതായ യുഗത്തിന്റെ ആരംഭവും കുറിച്ചു. ക്രിസ്ത്യൻ യൂറോപ്പിൽ ഗണിതശാസ്ത്രത്തിന്റെ ശ്വാസം നിലച്ചിരുന്നില്ലെന്നു മാത്രം. ഇതിൽ എടുത്തു പറയേണ്ടുന്ന ഒരു പേരാണ് ബോത്തിസ്സിന്റേത് (475-524). അദ്ദേഹം ആധുനിക രീതിയിലുള്ള ഗണിതശാസ്ത്ര പഠനത്തിന് അടിത്തറയിട്ടെങ്കിലും അതിനായി ഒരുക്കിയ കൃതികൾക്ക് വലിയ മേന്മയൊന്നും അവകാശപ്പെടാനുണ്ടായിരുന്നില്ല. അദ്ദേഹത്തിന്റെ സംഭാവന അരിസ്റ്റോട്ടിലിന്റെ *തർക്കശാസ്ത്ര*ത്തിന്റെ ലാറ്റിൻ പരിഭാഷയാണ്.

പിന്നീട് ഈ ശ്വാസഗതിക്ക് ബലംവെച്ചത് എട്ടാം നൂറ്റാണ്ടോടെയാണ് - മുസ്ലീം പണ്ഡിതന്മാരുടെ ശ്രമഫലമായി. യഥാർഥത്തിൽ ഗ്രീക്ക് ഗണിതശാസ്ത്രത്തെ നഷ്ടപ്പെടാതെ കാത്തു സൂക്ഷിച്ചതും ഹിന്ദു ഗണിതശാസ്ത്രത്തിന്റെ കൂടി സഹായത്തോടെ നവോത്ഥാനത്തിന് കളമൊരുക്കിയതും അവരാണ്. എങ്കിലും അതിന് പന്ത്രണ്ടാം നൂറ്റാണ്ടുവരെയെങ്കിലും കാത്തിരിക്കേണ്ടിവന്നു. ഗ്രീക്ക് ക്ലാസിക് കൃതികളുടെ അറബിക് പേർഷ്യൻ തർജമകൾ വഴി ലാറ്റിൻ ഭാഷയിലും ലഭ്യമായത് ഈ കാലയളവിൽ തന്നെ യൂറോപ്യൻ പണ്ഡിതന്മാരുടെ കൈവശമെത്തി.

നേരത്തെ പറഞ്ഞപോലെ യൂറോപ്യൻ ഗണിതശാസ്ത്ര മനസ്സ് മധ്യ

കാലഘട്ടത്തിൽ മരിച്ചു കഴിഞ്ഞിരുന്നില്ല; ഉറങ്ങിക്കിടക്കുകയായിരുന്നു. സുഷുപ്തിയുടെ ഈ സമയങ്ങളിൽ അത് ഒരു ജൈവപ്രക്രിയയ്ക്ക് വിധേയമായെന്നു പറയാം. ഉറങ്ങാൻ കിടന്നപ്പോൾ നിലനിന്നത് ഗ്രീക്ക് ഗണിതശാസ്ത്രമായിരുന്നു. ഉണർന്നെഴുന്നേറ്റപ്പോൾ കണ്ടത് ഗ്രീക്കായിരുന്നില്ല!

യൂറോപ്യൻ നവോത്ഥാന (റിനൈസൻസ്) കാലഘട്ടം പതിനാലു മുതൽ പതിനേഴു വരെയുള്ള നൂറ്റാണ്ടുകളാണ്. ഇതിൽതന്നെ പതിനാറാം നൂറ്റാണ്ടു മുതൽ ഒന്നര ശതാബ്ദമാണ് മതനവീകരണ കാലഘട്ടം (റിഫോർമേഷൻ).

പതിമൂന്നു മുതൽ പതിനാറുവരെയുള്ള നൂറ്റാണ്ടുകൾ യൂറോപ്പിനെ സംബന്ധിച്ചിടത്തോളം ഏറ്റവും സംഭവബഹുലമായിരുന്നു. കൃത്യമായി പറഞ്ഞാൽ 1202 മുതൽ 1603 വരെ. ഇതാകട്ടെ പ്രാചീന ഗണിതത്തിൽ നിന്ന് ആധുനിക ഗണിതത്തിലേക്കുള്ള മാറ്റത്തിന്റേയും കാലമായിരുന്നു. ഗലീലിയോയുടെ (1564–1642) ജീവിതത്തിലെ സംഭവ ബഹുലങ്ങളായ മുപ്പത്താറു വർഷങ്ങൾ ഈ മാറ്റത്തിന്റെ കാലയളവിലാണ്. ആധുനിക ശാസ്ത്രത്തിന്റെ സ്ഥാപകനെന്ന് ലോകം അംഗീകരിക്കുന്ന അദ്ദേഹത്തിന്റെ ഗവേഷണ ഫലങ്ങൾ ഗണിതശാസ്ത്ര ശാഖകളേയും സ്വാധീനിച്ചു.

1202 എന്ന വർഷം ഫിബൊനാച്ചി എന്ന പേരിൽ പ്രസിദ്ധനായ പിസയിലെ ലിയൊനാർഡൊയുടെ *ലിബർ അബാക്കി* എന്ന കൃതിയുടെ പ്രകാശനത്തെക്കുറിക്കുന്നെങ്കിൽ വിയറ്റയുടെ ചരമം മൂലമാണ് 1603 സ്മരണീയമാകുന്നത്. ഇവർ രണ്ടുപേരും തൊഴിൽകൊണ്ട് മുഴുവൻ സമയ ഗണിതശാസ്ത്ര ഗവേഷകരുമായിരുന്നില്ല.

ഫിബൊനാച്ചി ഒരു വർത്തകനായിരുന്നു. തന്റെ തൊഴിലിന്റെ ഭാഗമായി യൂറോപ്പിലും ചേർന്നു കിടക്കുന്ന കിഴക്കൻ രാജ്യങ്ങളിലും ധാരാളം സഞ്ചരിച്ചിരുന്ന അദ്ദേഹം അവിടങ്ങളിലെ അങ്കഗണിതവും - തൊഴിലിന്റെ ഭാഗമായിത്തന്നെ - സൂക്ഷ്മമായ പഠനത്തിനു വിധേയമാക്കി. അങ്ങനെയാണ് അറബികൃതികളിൽനിന്ന് ഹിന്ദു-അറബിക് സംഖ്യാസിദ്ധാന്തത്തെക്കുറിച്ച് അറിയാനിടയായതും തന്റെ കൃതിയിലൂടെ യൂറോപ്പിൽ പ്രചരിപ്പിച്ചതും. ഹിന്ദു-അറബിക് ദശാംശ സംഖ്യാരീതി അങ്കഗണിത ക്രിയകളെ വളരെ ലളിതമാക്കി. അതിനാൽതന്നെ മണിച്ചട്ടം (അബാക്കസ്) പോലുള്ള ഉപകരണങ്ങൾ പള്ളിക്കൂടങ്ങളിലേക്ക് പിൻവാങ്ങി.

ഫ്രഞ്ചുകാരനായിരുന്ന ഫ്രാൻകോയിറ്റ് വിയറ്റയുടെ പ്രവർത്തനരംഗം സൈനികം മുതൽ രാഷ്ട്രീയം വരെ വ്യാപിച്ചു കിടന്നു. ഗണിതശാസ്ത്രമാകട്ടെ അദ്ദേഹത്തിന് മാനസികോല്ലാസത്തിനുള്ള ഒരു പ്രവർത്തനരംഗമായിരുന്നു. എന്നാൽ ഗണിതശാസ്ത്ര അപഗ്രഥനത്തിന് ആധുനിക ദിശ നൽകിയതിൽ അദ്ദേഹത്തിന്റെ പങ്ക് നിസ്തുലമായിരുന്നു.

പതിമൂന്നാം നൂറ്റാണ്ട് മറ്റൊരു നിലക്കും പ്രാധാന്യമർഹിക്കുന്നു. ആധുനിക രീതിയിലുള്ള വിശ്വവിദ്യാലയം (യൂണിവേഴ്സിറ്റി) പാരീസിൽ

സ്ഥാപിക്കപ്പെട്ടത് 1200-ൽ ആണ്. ഓക്സ്ഫോർഡ്, കേംബ്രിഡ്ജ്, പാദ്വ, നേപ്പിൾസ് എന്നിവ തുടർന്നുള്ള ഇരുപത്തഞ്ചു വർഷങ്ങൾക്കുള്ളിലും.

പതിനാലാം നൂറ്റാണ്ടിൽ ഇറ്റലിയിലാരംഭിച്ച നവോത്ഥാനം പതിനേഴാം നൂറ്റാണ്ടായപ്പോഴേക്കും യൂറോപ്പു മുഴുവൻ വ്യാപിച്ചു കഴിഞ്ഞിരുന്നു. മുമ്പു പരാമർശിച്ചവ കൂടാതെ ഈ കാലയളവിലെ എടുത്തു പറയാവുന്ന ഗണിതശാസ്ത്ര പുരോഗതിയാണ് ചിഹ്നമുപയോഗിച്ചുള്ള ബീജഗണിതത്തിന്റെ പിറവി. ഇറ്റലിയും ഫ്രാൻസുമാണ് ഇതിലേക്ക് പ്രധാന സംഭാവനകൾ നൽകിയത്.

പതിനേഴും പതിനെട്ടും നൂറ്റാണ്ടുകൾ

1637 എന്ന വർഷമാണ് ഈ കാലഘട്ടത്തിന്റെ ആരംഭമായി കണക്കാക്കുന്നത്. റെനെഡെക്കാത്തെ എന്ന ഫ്രഞ്ച് ചിന്തകന്റെ *ശാസ്ത്രങ്ങളിലെ സത്യാന്വേഷണം ശരിയായ വിധത്തിൽ നിർവഹിക്കാനുള്ള ഒരു ചർച്ച* (ഡിസ്കോഴ്സ് ഡെ ല മെത്തേഡെ.... ലെ സയൻസ്) എന്ന കൃതി പ്രസിദ്ധീകൃതമായ വർഷം.

ഗണിതശാസ്ത്രജ്ഞനെന്നതിനേക്കാൾ ഒരു ദാർശനികനായാണ് ഡെക്കാത്തെ അറിയപ്പെടുന്നത്. അദ്ദേഹത്തിന്റെ ദർശനങ്ങളോടു വിയോജിപ്പുള്ളവർക്കുപോലും ഗണിതശാസ്ത്രത്തിനോട് വിയോജിപ്പില്ല!

മൂന്നു സ്വപ്നങ്ങളാണത്രേ അദ്ദേഹത്തിന്റെ പുതിയ ദർശനത്തിന്റെ വിത്തുകൾ പാകിയത്. ഇതിൽ മൂന്നാമത്തെ സ്വപ്നം ഗണിതശാസ്ത്ര

കാൾ ഫ്രെഡറിക് ഗൗസ്

അഗസ്റ്റിൻ ലൂയീസ് കോഷി

ത്തിലൂടെ സത്യാന്വേഷണത്തിനുള്ള ഒരു നിർദേശമായിരുന്നത്രെ. തന്റെ കൃതിയുടെ അവസാനത്തെ അനുബന്ധത്തിലാണ് അദ്ദേഹം ജ്യാമിതി (വിശ്ലേഷണ ജ്യാമിതി-അനലിറ്റിക് ജോമട്രി) വിവരിക്കുന്നത്.

1619 നവംബർ 10-ാം തീയതിയിലെ സ്വപ്നങ്ങൾക്കു ശേഷമുള്ള ഡെക്കാർത്തെയുടെ ജീവിതം ഹോളണ്ടിൽ ആയിരുന്നു. ഒരുപക്ഷെ പള്ളിയുടെ കുറ്റവിചാരണയിൽ നിന്ന് (ഇൻക്വിസിഷൻ) രക്ഷനേടാനായിരിക്കാം അദ്ദേഹം ഫ്രാൻസ് വിട്ടത്. എന്നാൽ ഫ്രഞ്ചു പാതിരിയായിരുന്ന മേർസിന്നിയുടെ കൂടി ശ്രമഫലമായാണ് അദ്ദേഹത്തിന്റെ കീർത്തി യൂറോപ്പിൽ മുഴുവൻ വ്യാപിച്ചത്. സ്വീഡനിലെ രാജകുമാരിയെ പഠിപ്പിക്കാനുള്ള ജോലിയേറ്റെടുത്ത അദ്ദേഹം കഠിനമായ തണുപ്പും കഠിനാധ്വാനവും മൂലമാണ് മരിച്ചത്.

പതിനേഴാം നൂറ്റാണ്ടിന്റെ അവസാനത്തോടെ ലീബ്നിസ്സിന്റെയും ന്യൂട്ടന്റെയും കലനവും (കാൽക്കുലസ്) ഗലീലിയോ, ന്യൂട്ടൻ എന്നിവരുടെ ബലതന്ത്രവും ഗണിതശാസ്ത്രജ്ഞന്മാരുടെ മൂലധനത്തിലേക്ക് മുതൽക്കൂട്ടി. ലീബ്നിസ്സിന്റെ അഭിപ്രായത്തിൽ പ്രാചീനകാലം മുതൽ അന്നേവരെയുള്ള ഗണിതശാസ്ത്രത്തെ അതിശയിപ്പിക്കുന്നതായിരുന്നു ന്യൂട്ടൻ എന്ന ഒരു വ്യക്തിയുടെ സംഭാവനകൾ!

പതിനെട്ടാം നൂറ്റാണ്ടോടെ എല്ലാ മേഖലകളിലുമുള്ള ഗണിതശാസ്ത്രജ്ഞന്മാർ മേൽപ്പറഞ്ഞ മഹാന്മാർ സംഭരിച്ചു വെച്ചിരുന്ന മൂലധനം തങ്ങളുടെ മേഖലകളിൽ ഉപയോഗപ്പെടുത്താൻ തുടങ്ങി. ഇതിൽ എടുത്തു പറയേണ്ടുന്ന ഒരു പുതിയ ഗുണവിശേഷം പ്രശ്നങ്ങളെ സാമാന്യവും അമൂർത്തവുമായ തത്വങ്ങളുപയോഗിച്ച് അപഗ്രഥിക്കുന്ന രീതിയുടെ ഉദയമാണ്. ഇതിന്റെ ഏറ്റവും മികച്ച ഉദാഹരണം ബീജഗണിതവും കലനവും ഉപയോഗിച്ചുള്ള ലഗ്രാംഷെയുടെ വിശ്ലേഷക ബലതന്ത്രം (അനലിറ്റിക്കൽ മെക്കാനിക്സ്) തന്നെ.

പത്തൊമ്പതാം നൂറ്റാണ്ട്

ഗണിതശാസ്ത്രത്തിലെ ഒരു കാലഘട്ടമെന്ന നിലയിൽ പത്തൊമ്പതാം നൂറ്റാണ്ടിനെ വ്യത്യസ്തമാക്കുന്നതും ഒരു പ്രധാന കൃതിയുടെ പ്രകാശനം തന്നെയാണ് - കാൽഗൗസ്സിന്റെ ഏറ്റവും മികച്ച (മാസ്റ്റർപീസ്) കൃതിയായ *ഡിസ്ക്വിസിഷൻസ് അരിത്മാറ്റിക്ക*യുടെ പ്രസിദ്ധീകരണം (1801). ചിലർ 1821-നെ ഈ കാലഘട്ടത്തിലെ ഏറ്റവും പ്രധാന വർഷമായി കണക്കാക്കുന്നു - വിശ്ലേഷണത്തെ സംബന്ധിച്ചിടത്തോളം എ എൽ കോഷിയുടെ പ്രധാന സംഭാവനകളെക്കുറിക്കുന്ന വർഷം.

ഗണിതശാസ്ത്ര ഗവേഷണരംഗത്ത് ഒരു വൻ സ്ഫോടനം തന്നെ ഈ കാലത്തു സംഭവിച്ചു. ലൊബാഷേവ്സ്കി, ബോലായ്, പ്ലക്കർ, റീമാൻ, സോഫസ് ലീ എന്നീ അഞ്ചു മഹാരഥന്മാർ ജ്യാമിതിക്കു നൽകിയ സംഭാവനകൾ ഗ്രീക്ക് ഗണിതശാസ്ത്രം നൽകിയ മൊത്തം സംഭാവനകളുടെ

അഞ്ചിരട്ടിയിലധികമായാണ് കണക്കാക്കപ്പെടുന്നത്!

ഒരു കാര്യം ഓർക്കേണ്ടതുണ്ട് - പത്തൊമ്പതാം നൂറ്റാണ്ടിന്റെ ആരംഭത്തോടെ തന്നെ ഗണിതശാസ്ത്രം സാമാന്യവൽക്കരണം, അമൂർത്തവൽക്കരണം എന്നിവയുടെ പടവുകൾ ഓടിക്കയറാൻ തുടങ്ങിയിരുന്നു. ഈ കാലഘട്ടത്തിലെ പുതിയ ഗണിതശാസ്ത്രത്തിനു മുമ്പിൽ ഒരു നൂറ്റാണ്ടു മുമ്പത്തെ അതികായന്മാർപോലും പകച്ചുനിന്നുപോകും! ഇതു ഗണിതശാസ്ത്രമോ എന്നുപോലും ഒരുവേള അവർ ശങ്കിച്ചു നിന്നുപോകും.

എടുത്തു പറയേണ്ട മറ്റൊരു കാര്യം പൈതഗോറസിലേക്കുള്ള തിരിച്ചുപോക്കാണ്. ഈ നൂറ്റാണ്ടിന്റെ രണ്ടാം പകുതി പൈതഗോറിയൻ ഗണിതശാസ്ത്രത്തിന്റെ സുവർണ കാലമെന്നു പറയാം!

മേൽ വിവരിച്ച ഘട്ടങ്ങൾ തുടർന്നുള്ള അധ്യായങ്ങളിലും പ്രതിപാദ്യവിഷയങ്ങളാകും. അതുപോലെതന്നെ അടുത്ത രണ്ട് ഘട്ടങ്ങളും പ്രത്യേക പരിഗണനയ്ക്ക് വിധേയമാകുന്നതിനാൽ നം അവ ഇത്തരുണത്തിൽ ഒഴിവാക്കുന്നു.

അഞ്ച് പ്രമുഖ സരണികൾ

ഗണിതശാസ്ത്രം സംഖ്യകൾ, രൂപങ്ങൾ എന്നിവയുടെ രണ്ട് ചാലുകളിലൂടെയാണ് പ്രയാണം ആരംഭിച്ചതെന്ന് നാം കണ്ടു. ഇവയെ പോഷിപ്പിച്ചുകൊണ്ട് മറ്റ് ചാലുകളും ഒഴുകിയെത്തി. പലതും പെട്ടെന്ന് ചീർത്ത് സ്വതന്ത്ര നദികളായി വളർന്നു. ഇവയിൽ രണ്ടെണ്ണം ആദ്യകാലം മുതൽ ഇന്നുവരെ ഗണിതശാസ്ത്രത്തെ ആഴത്തിൽ സ്വാധീനിച്ചിട്ടുണ്ട്.

1, 2, 3 എന്നിങ്ങനെ പെറുക്കിപ്പെറുക്കിയുള്ള എണ്ണൽ എന്ന ക്രിയ ഗണിതശാസ്ത്രത്തിന് 'വിവിക്തം' (ഡിസ്ക്രീറ്റ്) എന്ന ആശയം പ്രദാനം ചെയ്തു. എന്നാൽ ഈ ഓരോ സംഖ്യകൾക്ക് ഇടയിൽ പരിമേയങ്ങളും അപരിമേയങ്ങളുമായ മറ്റു വാസ്തവിക സംഖ്യകൾ ഉണ്ടെന്ന വസ്തുത 'അവിരതം' (അഖണ്ഡം, കണ്ടിന്വസ്) എന്ന ആശയത്തിന് രൂപംനൽകി. ആദ്യകാല ഗ്രീക്കുകാർ സ്ഥലകാലങ്ങൾ വിവിക്തമോ അഖണ്ഡമോ തുടങ്ങിയ വിതണ്ഡ വാദങ്ങളിലും അഭിരമിച്ചിരുന്നതായി കാണാം.

സ്ഥലകാലങ്ങൾ തുടർച്ച ഉള്ളതോ ഇല്ലാത്തതോ എന്ന തർക്കം ഉന്നയിച്ച് രണ്ടും സാധ്യമല്ലെന്നാണ് സെനോ സ്ഥാപിച്ചത്. സ്ഥലം വിവിക്തമാണെന്നിരിക്കട്ടെ. ഒരു ബിന്ദുവിൽ ഇരിക്കുന്ന വസ്തുവിന് അടുത്ത ബിന്ദുവിലേക്ക് ചലിക്കാൻ സാധിക്കയില്ല. കാരണം ഈ ബിന്ദുക്കൾക്കിടയിൽ നികത്താനാവാത്ത ശൂന്യതയാണല്ലോ? മറിച്ച് സ്ഥലകാലങ്ങൾ അഖണ്ഡങ്ങളാണെങ്കിലോ? ഒരാൾ **എ** എന്ന സ്ഥലത്തുനിന്ന് **ബി** എന്ന സ്ഥലത്തേക്ക് ഓടുകയാണെന്നു കരുതുക. ഇതിന്റെ പകുതിവഴി ഓടുവാൻ അയാൾക്ക് കുറച്ച് സമയം വേണം. **സി** ആണ് ഈ പകുതിദൂരം ഓടിയെത്തുന്ന സ്ഥലമെന്നും കരുതുക. **സി** യിൽ നിന്ന് **ബി** യിലേക്ക്

ഓടുവാനുള്ള സമയം ബാക്കി കിടക്കുന്നു. ഇനി ഇതിന്റെ പകുതി പോയാൽ **ഡി** യിൽ എത്തുമെന്നു കരുതുക. അപ്പോൾ അവിടെനിന്ന് **ബി** യിലെത്താൻ വീണ്ടും സമയം വേണം. ഇങ്ങനെ ഏതു സമയമെടുത്താലും ലക്ഷ്യസ്ഥാനത്തെത്താൻ പിന്നെയും ദൂരവുമുണ്ട്, അതുതരണം ചെയ്യാൻ സമയവും വേണം. അതിനാൽ സ്ഥലം അഖണ്ഡമാവാനും തരമില്ല. ഇതാണ് സെനോയുടെ വിരോധാഭാസങ്ങളിൽ മറ്റൊന്ന്.

ഏതായാലും വിവിക്തം, അവിരതം എന്ന രണ്ട് ആശയങ്ങൾ ഇതോടെ ഉയർന്നുവന്നു. ഗണിതശാസ്ത്ര ചരിത്രം മുഴുവൻ ഈ രണ്ട് ചിന്താപദ്ധതികളും മേൽക്കൈ നേടാൻ നടത്തിയ തുടർച്ചയായ മത്സരമാണെന്നു കാണാം. എന്നാൽ ഈ മത്സരത്തിനിടയ്ക്ക് അവ പരസ്പരം സഹായിച്ചിട്ടുമുണ്ട്.

ജ്യാമിതി, വിശ്ലേഷണം, പ്രയുക്ത ഗണിതശാസ്ത്രം എന്നിവയിൽ ഗവേഷണം നടത്തുന്നവർ അവിരതമെന്ന സങ്കൽപ്പത്തെ ഇഷ്ടപ്പെടുമ്പോൾ സംഖ്യാസിദ്ധാന്തം, ബീജഗണിതം, ഗണിതശാസ്ത്ര യുക്തിചിന്ത എന്നിവ വിവിക്ത ഗണിതശാസ്ത്രത്തിന്റെ ഭാഗങ്ങളാണ്.

സംഖ്യ, രൂപം, അവിരതം, വിവിക്തം എന്നിവയുടേതു കൂടാതെ അഞ്ചാമത് ഒരു ചാലുകൂടി പത്തൊമ്പതാം നൂറ്റാണ്ടോടെ പ്രത്യക്ഷപ്പെട്ടു. ഇതിനു കാരണമുണ്ട്. ജ്യോതിശാസ്ത്രത്തെയും ഭൗതികത്തെയും കൂടാതെ ജന്തുശാസ്ത്രം, സാമ്പത്തികശാസ്ത്രം, മനഃശാസ്ത്രം തുടങ്ങി എല്ലാ ശാസ്ത്രങ്ങളും കാലക്രമേണ കൂടുതൽ കൂടുതൽ സൂക്ഷ്മത ആർജിച്ചപ്പോൾ അവ മുൻപെന്നത്തെക്കാളും ഗണിതശാസ്ത്രത്തെ ആശ്രയിക്കാൻ തുടങ്ങി. 17-ാം നൂറ്റാണ്ടിന്റെ ആരംഭം മുതൽ ഇതും പതിനെട്ടാം നൂറ്റാണ്ടിന്റെ അവസാനത്തിൽ ആരംഭിച്ച വ്യവസായവിപ്ലവം മൂലമുള്ള സാങ്കേതിക പുരോഗതിയുമാണ് കഴിഞ്ഞ അഞ്ച് നൂറ്റാണ്ടുകാലത്തെ ഗണിതശാസ്ത്രത്തെ മുന്നോട്ടു നയിച്ചത്. ഇവയാകട്ടെ പുതിയ പ്രശ്നങ്ങളെ ഉയർത്തിവിട്ടു. ഇതിന്റെ ഫലമാണ് നമ്മുടെ അഞ്ചാമത്തെ ധാരയായ 'വിക്ഷോഭം' (ടർബുലൻസ്). സാധാരണയായി ദ്രവബലതന്ത്രത്തിലാണ് (ഫ്ളൂയിഡ് മെക്കാനിക്സ്) ഈ നാമം ഉപയോഗിക്കാറുള്ളത്. പൊതുവേ എല്ലാ ശാസ്ത്രശാഖകളും ഇന്ന് 'കയോസ്' എന്ന പദമാണ് ഉപയോഗിച്ചുവരുന്നത്. ഫ്ളൂയിഡ് മെക്കാനിക്സിൽ 1920 മുതൽ സാംഖ്യക ശാസ്ത്ര സങ്കേതങ്ങൾ ഉപയോഗിച്ച് ഇവയുടെ പഠനം ആരംഭിച്ചെങ്കിലും നൂറ്റാണ്ടിന്റെ അവസാനമായപ്പോഴേക്കും സ്ഥലമിതി (ടോപ്പോളജി) അടക്കം പല രീതിയിലും ഇതിന്റെ പഠനം മുന്നോട്ടുപോയി. ഈ പഠനങ്ങളെല്ലാം ഗണിതശാസ്ത്രത്തിന്റെ മറ്റെല്ലാ ശാഖകളെയും പരിപോഷിപ്പിച്ചിട്ടുണ്ട്.

4

സംഖ്യകളുടെ പൊരുൾ തേടി

സംഖ്യാബോധത്തെക്കുറിച്ച് നാം നേരത്തേ പ്രതിപാദിച്ചല്ലോ? ഈ സംഖ്യാബോധത്തിൽ നിന്നാണ് സംഖ്യകൾ രൂപംകൊണ്ടതെന്നതും.

നിത്യജീവിതത്തിൽ കണ്ടുമുട്ടുന്ന വസ്തുക്കളുടെ കൂട്ടങ്ങളെക്കുറിച്ച് ഒരു ധാരണയാണ് സംഖ്യാബോധത്തിന്റെ ഫലം. ആദ്യമായി ഒരു സംഖ്യ എന്നത് ഇത്തരം ഒരു കൂട്ടവുമായി അഭേദ്യമായി ബന്ധപ്പെട്ടതായി കണ്ടെത്തി. ഈ ഒരു അവസ്ഥയെക്കുറിച്ച് നമുക്ക് സങ്കൽപ്പിക്കാൻ തന്നെ പ്രയാസമാണ്. ഒരു കൂട്ടത്തെ കണ്ടാൽ മനസിലാക്കുന്നത് പ്രയാസമുള്ള കാര്യമല്ല. ഉദാഹരണമായി ഒരു ആട്ടിൻപറ്റം. എന്നാൽ അതിന്റെ പ്രത്യേക സ്വഭാവങ്ങൾ മനസിലാക്കുന്നതിന് ബോധപൂർവമുള്ള ശ്രമം ആവശ്യപ്പെടുന്നു.

അടുത്ത ഘട്ടത്തിൽ എണ്ണം എന്നത് എല്ലാ കൂട്ടങ്ങളുടേയും ഒരു പൊതുസ്വഭാവമാണെന്നു മനസിലാക്കുന്നു. പക്ഷേ സംഖ്യയെ കൂട്ടത്തിൽനിന്നോ കൂട്ടത്തിലെ വസ്തുക്കളിൽ നിന്നോ വേർതിരിച്ചു കാണാൻ കഴിഞ്ഞിരുന്നില്ല. ഇതിനുദാഹരണമാണ് പല സംഖ്യകളുടെയും പേരുകൾ - ചില ജനവിഭാഗങ്ങളിൽ അഞ്ച് എന്ന സംഖ്യയെ കുറിക്കുന്നതിന് 'കൈപ്പടം' (ഹാൻഡ്) എന്നും ഇരുപതിന് 'പുരുഷൻ' (ഹോൾ മാൻ) എന്നും പറയാറുണ്ട്. ഇവിടെ അഞ്ച് ഒരു സംഖ്യയായല്ല മനസിലാക്കപ്പെടുന്നത്; മറിച്ച് ഒരു കയ്യിലെ വിരലുകളുടെ അത്ര എണ്ണം എന്നാണ്! അമൂർത്ത സംഖ്യകളില്ല. പകരം ചില വസ്തുക്കളുമായി ബന്ധപ്പെടുത്തി സംഖ്യ എന്ന സങ്കൽപ്പത്തിന്റെ പ്രയോഗമാണുള്ളത്. ഹിന്ദു ഗണിതശാസ്ത്രത്തിലെ 'ഭൂതസംഖ്യ'കളാണ് മറ്റൊരുദാഹരണം. ഇവിടെ വേദങ്ങൾ നാല് ആകയാൽ വേദം എന്ന ശബ്ദത്തിന് 4 എന്ന

അർഥം കൽപ്പിക്കുന്നു. അതുപോലെ 'ആദിത്യൻ' എന്ന പദത്തിന്റെ അർഥമാണ് 12 (ദ്വാദശാദിത്യന്മാർ).

പൂർണസംഖ്യ എന്ന ആശയം

ഒരു കൂട്ടത്തിലുള്ള സാധനങ്ങളുടെ എണ്ണം എന്നാൽ ആ സങ്കരത്തിന്റെ ഒരു ഗുണം മാത്രമാണ്. എന്നാൽ സംഖ്യ ആ മൂർത്തമായ കൂട്ടത്തിൽ നിന്ന് അമൂർത്തവൽക്കരിച്ച് ലഭിക്കുന്ന ഒരു ഗുണമാണ്. കറുപ്പ് എന്നാൽ കറുപ്പു നിറമുള്ള എല്ലാ വസ്തുക്കളുടേയും ഒരു ഗുണം (ഇവിടെ നിറം) എന്നപോലെ 5 എന്ന സംഖ്യ ഒരു കയ്യിലെ വിരലുകളോട് ഒന്നിനൊന്നു പൊരുത്തപ്പെടുത്താവുന്ന അത്ര അംഗങ്ങളുള്ള എല്ലാ സങ്കരങ്ങളുടേയും ഒരു ഗുണമാണ്. ഇതുപോലെ തന്നെ പരസ്പരം ഒത്തുനോക്കി രണ്ടു കൂട്ടങ്ങളിലുള്ള അംഗങ്ങളുടെ എണ്ണം തുല്യമാണോ (ഒരേ സംഖ്യയാണോ) എന്നു മനസിലാക്കുന്നു. ഇതിൽനിന്നും അമൂർത്ത സംഖ്യകളിലേക്കുള്ള വളർച്ചയെ നമുക്ക് മൂന്ന് ഘട്ടങ്ങളായി കണക്കാക്കാം.

എ. പ്രത്യക്ഷത്തിൽ താരതമ്യപ്പെടുത്തി ഒരു ഗുണം നിർവചിക്കുന്നു.
ഉദാഹരണം : ഒരു കയ്യിലെ വിരലുകളുടെ അത്ര എണ്ണം.

ബി. ഒരു നാമവിശേഷം രൂപംകൊള്ളുന്നു.
ഉദാഹരണം : 'ഒരു കയ്യിലെ വിരലുകളുടെ അത്ര' മരങ്ങൾ.

സി. നാമവിശേഷണത്തെ അടർത്തിയെടുത്ത് ഒരു പദമുണ്ടാക്കുന്നു - ഇങ്ങനെ ഒരു കയ്യിലെ വിരലുകളുടെ അത്ര എന്ന വിശേഷണത്തിൽ നിന്ന് 'അഞ്ച്' എന്ന നാമപദം (ഇവിടെ സംഖ്യ) പിറക്കുന്നു.

മേൽ വിവരിച്ച പ്രക്രിയയിൽ നിന്ന് നമുക്ക് സംഖ്യയുടെ നിർവചനത്തിലെത്താം:

"അംഗങ്ങൾ തമ്മിൽ ഒന്നിനൊന്നു പൊരുത്തമുള്ള സങ്കരങ്ങൾക്ക് പൊതുവായുള്ളതും, ഇത്തരം പൊരുത്തമില്ലാത്ത സങ്കരങ്ങൾക്ക് വ്യത്യസ്തമായതുമായ ഒരു ഗുണവിശേഷമാണ് രണ്ട്, അഞ്ച് തുടങ്ങിയ എണ്ണൽ സംഖ്യകൾ."

സങ്കരങ്ങളുടെ ഇത്തരം ഒരു പ്രത്യേകത കണ്ടെത്താനും, വേർതിരിച്ചറിയാനും തലമുറകൾ തന്നെ വേണ്ടിവന്നു. എത്രയോ സങ്കരങ്ങളെ താരതമ്യം ചെയ്യുകയും വേണ്ടി വന്നിരിക്കും.

ഒരു സംഖ്യയെടുത്താൽ മറ്റു സംഖ്യകളുമായി താരതമ്യം ചെയ്യാതെ അതിനെക്കുറിച്ച് കാര്യമായൊന്നും പറയാനില്ല. ഉദാഹരണമായി 5 എന്ന സംഖ്യ പരിഗണിച്ചാൽ പാണ്ഡവരുടെ എണ്ണം, പഞ്ചഭൂതങ്ങളുടെ എണ്ണം എന്നെല്ലാം പറയാം. എന്നാൽ ഗണിതശാസ്ത്രപരമായി പറയുകയാണെങ്കിൽ അത് ഒരു ഒറ്റസംഖ്യയാണ്, അതായത് രണ്ടുകൊണ്ട് (ശിഷ്ടം കൂടാതെ) ഹരിക്കാൻ സാധ്യമല്ല; ഒരു അഭാജ്യസംഖ്യയാണ് (പ്രൈം), അതായത് അതിനു മറ്റു ഘടകങ്ങളില്ല എന്നെല്ലാം പറയുമ്പോൾ മറ്റു സംഖ്യകളുമായി താരതമ്യപ്പെടുത്തുകയാണ്.

ഇത് എല്ലാ അമൂർത്ത സങ്കൽപ്പങ്ങൾക്കും ബാധകമാണ്. കേവലമായ ഒരു അമൂർത്ത സങ്കൽപ്പത്തിന് പ്രത്യേക അർഥമൊന്നുമില്ല. മറ്റെന്തെങ്കിലുമായി ബന്ധപ്പെട്ടേ അതിനു നിലനിൽപ്പുള്ളു. ഈ പരസ്പര ബന്ധങ്ങളും അതിൽ, അതിന്റെ ഏറ്റവും ലളിതമായ നിർവചനത്തിൽ പോലും, ലീനമാണ്. ചുരുക്കത്തിൽ അമൂർത്തമായ ഒരു സംഖ്യ എന്ന സങ്കൽപ്പത്തിന്റെ ഉള്ളടക്കത്തിൽ സംഖ്യാസമ്പ്രദായത്തിന്റെ വ്യവസ്ഥകളും അവയുടെ പരസ്പര ബന്ധങ്ങളുമെല്ലാം ഉൾപ്പെടുന്നു.

സംഖ്യകൾ തമ്മിലുള്ള ബന്ധങ്ങൾ

മൂർത്തമായ വസ്തുക്കൾ തമ്മിലുള്ള ബന്ധങ്ങളുടെ പ്രതിഫലനമായാണ് അങ്കഗണിത ക്രിയകൾ രൂപംകൊണ്ടത്. സംഖ്യകളുടെ പേരുകളിൽനിന്നുതന്നെ ഇതിനെ മനസിലാക്കാം. ഉദാഹരണമായി നാം 26 എന്ന അക്കത്തെ ഉച്ചരിക്കുന്നത് 'രണ്ടു പത്തുകളുടെ കൂടെ ഒരു ആറ്' എന്ന രൂപത്തിലാണല്ലോ? അതായത് വസ്തുക്കളെ എണ്ണുന്ന രീതിയുടെ ഒരു വിശദീകരണം തന്നെ. സങ്കലനം എന്ന ക്രിയ യഥാർഥത്തിൽ രണ്ട് സങ്കരങ്ങൾ കൂട്ടി ഒന്നാക്കൽ തന്നെ. ഗുണനമാകട്ടെ ഒരേ വലുപ്പമുള്ള സങ്കരങ്ങൾ ഒന്നിച്ചു കൂട്ടലും. മറ്റ് ക്രിയകൾക്കും ഇത്തരം അർഥങ്ങൾ കണ്ടെത്താനാകും.

എണ്ണൽ എന്ന ക്രിയയിലൂടെ സംഖ്യകൾ തമ്മിലുള്ള ബന്ധം കണ്ടെത്തുക മാത്രമല്ല ചെയ്തത്. പ്രത്യുത ചില സാമാന്യ നിയമങ്ങളും ഇത് ശ്രദ്ധയിൽ കൊണ്ടുവന്നു. ഉദാഹരണമായി, രണ്ടു സംഖ്യകൾ തമ്മിൽ കൂടുമ്പോൾ ഏതു സംഖ്യ ആദ്യം, ഏത് രണ്ടാമതായി പരിഗണിക്കുന്നു എന്നതിന് പ്രാധാന്യമില്ല. 2+3-ഉം 3+2-ഉം 5 തന്നെ. അതുപോലെതന്നെ എണ്ണൽ എന്ന പ്രക്രിയയിൽ ക്രമത്തിന് പ്രാധാന്യമില്ല. പത്തുവസ്തുക്കളെ ഏത് ക്രമത്തിൽ എണ്ണിയാലും ഫലം ഒന്നുതന്നെ. അതായത് എണ്ണാനുള്ള ഉപാധി എന്നതിനുപരി സംഖ്യകൾക്ക് കേവലമായ അസ്തിത്വവുമുണ്ട്. അതേസമയം സംഖ്യകൾ പരസ്പരം ബന്ധപ്പെട്ടും നിൽക്കുന്നു.

പല സംഖ്യകളും ഉച്ചരിക്കുന്നത് മറ്റു സംഖ്യകളുമായി ബന്ധപ്പെട്ടാണല്ലോ? ഉദാഹരണം 20 എന്നാൽ ഇരു (രണ്ട്) പത്ത്. ഫ്രഞ്ച് ഭാഷയിൽ 80 എന്ന സംഖ്യയെ നാല് ഇരുപതുകൾ (ക്വാട്രെവിൻട്) എന്നാണ് പറയുന്നത്. റോമൻ ലിപിയിലാകട്ടെ 8 എന്നതിനെ 5+3 എന്ന രീതിയിലാണല്ലോ (VIII=V+III) എഴുതുന്നത്.

അങ്ങനെ സംഖ്യകൾ പ്രത്യക്ഷപ്പെട്ടത് ഒരു വ്യവസ്ഥ (സിസ്റ്റം) എന്ന നിലയ്ക്കാണ്. ഇവ തമ്മിലുള്ള പരസ്പരബന്ധവും ഈ ബന്ധങ്ങളുടെ നിയമങ്ങളുമാണ് അങ്കഗണിതത്തിലെ പ്രതിപാദ്യം.

നാം നിത്യജീവിതത്തിൽ ഉപയോഗിക്കുന്ന സംഖ്യകൾ സാമൂഹ്യ ചുറ്റുപാടുമായി വളരെ ബന്ധപ്പെട്ടിരിക്കുന്നു. ഒരു സാധാരണക്കാരനെ

സംബന്ധിച്ചിടത്തോളം എണ്ണൽസംഖ്യകളും ഭിന്നസംഖ്യകളും മാത്രമെ ഉപയോഗിക്കേണ്ടിവരുന്നുള്ളു. ജ്യാമിതിയുടെ ആദ്യഘട്ടത്തിൽ പരിമേയ സംഖ്യകൾ മാത്രം ഉപയോഗിക്കേണ്ടി വന്നപ്പോൾ ത്രികോണങ്ങളുടെയും വൃത്തങ്ങളുടെയും പഠനങ്ങൾ അപരിമേയ സംഖ്യകളിലേക്ക് നയിച്ചു. പത്തൊമ്പതാം നൂറ്റാണ്ടിന്റെ അന്ത്യംവരെ ശാസ്ത്രകാരന്മാർക്ക് ഉപയോഗിക്കേണ്ടിവന്നതിൽനിന്ന് തുലോം ചെറുതും, അതുപോലെ വലുതുമായ സംഖ്യകൾ ഇരുപതാം നൂറ്റാണ്ടിൽ ക്വാണ്ടം ബലതന്ത്രത്തിന്റെയും ആപേക്ഷികതാ സിദ്ധാന്തത്തിന്റെയും ഫലമായി ഉപയോഗിക്കേണ്ടിവന്നു. ഇന്ന് കമ്പ്യൂട്ടർ ഉപയോഗിക്കുന്ന എല്ലാവരും കൂടെക്കൂടെ ഉപയോഗിക്കുന്ന ഒരു 'ചെറിയ സംഖ്യ'യാണ് ജിബി (ജിജാബൈറ്റ്). ദിനപത്രങ്ങളിലാകട്ടെ ധനകാര്യങ്ങളുമായി ബന്ധപ്പെട്ട് ശതകോടികളുടെ കണക്കുകളാണ്.

പൂർണസംഖ്യയിൽ നിന്നു തുടങ്ങി സമ്മിശ്ര (കോംപ്ലക്സ്) സംഖ്യകളും അതിസമ്മിശ്ര (ഹൈപർ കോംപ്ലക്സ്) സംഖ്യകളുമെല്ലാം നാം സ്പർശിച്ചു പോകുമെങ്കിലും ആദ്യമായി വിവിധ സംഖ്യാരീതികൾ തന്നെ പരിഗണിക്കാം.

ഈ സംഖ്യാസമ്പ്രദായങ്ങളുടെയെല്ലാം പ്രത്യേകത എന്താണ്? എണ്ണിയാലൊടുങ്ങാത്ത പ്രപഞ്ചത്തിലെ എല്ലാ വസ്തുക്കളും പഞ്ചഭൂതങ്ങളാലോ അല്ലെങ്കിൽ പരമാണുക്കൾ (ആറ്റം) കൊണ്ടോ അതിനു താഴെയുള്ള മൗലികകണങ്ങൾ (ഫണ്ടമെന്റൽ പാർട്ടിക്കിൾസ്) കൊണ്ടോ ഉണ്ടാക്കിയതാണെന്നപോലെ എല്ലാ സംഖ്യകളും ഏതാനും അടിസ്ഥാന സംഖ്യകൾകൊണ്ട് ഉണ്ടാക്കിയതാണെന്നും അതിനാൽ ഇവ പ്രതിനിധാനം ചെയ്യുന്ന ഏതാനും അടിസ്ഥാന ചിഹ്നങ്ങൾ ഉപയോഗിച്ച് എഴുതാമെന്നും കൈകാര്യം ചെയ്യാമെന്നുമുള്ള അറിവുതന്നെ. ഇവയിൽ വെറും രണ്ട് അക്കങ്ങൾ ഉപയോഗിച്ചുള്ള ദ്വയാംഗ വ്യവസ്ഥ (ബൈനറി സിസ്റ്റം) മുതൽ അറുപത് അടിസ്ഥാനമാക്കിയുള്ള ഷഷ്ടിക വ്യവസ്ഥ (സെക്സാഡെസിമൽ സിസ്റ്റം) വരെയുള്ള സമ്പ്രദായങ്ങളുണ്ട്.

മയൻമാർ

ക്രിസ്ത്വബ്ദം നാലാം നൂറ്റാണ്ടു മുതൽക്ക് തെക്കേ അമേരിക്കയിലെ മയൻമാരുടെ ഇടയിൽ ഒരു സംഖ്യാക്രമം നിലവിലുണ്ടായിരുന്നു. ഇരുപതിനെ അടിസ്ഥാനമാക്കിയുള്ള വിംശതിക (വൈജെസിമൽ) രീതിയാണ് ഇവർ ഉപയോഗിച്ചിരുന്നത്. കൈകാലുകളിലെ വിരലുകളുടെ മൊത്തം എണ്ണമായിരിക്കാം ഇതിന്റെ അടിസ്ഥാനം. പ്രായേണ ഉഷ്ണകാലാവസ്ഥയായിരുന്നതിനാൽ പാദങ്ങൾ മൂടുന്ന ഷൂ പോലെയുള്ള പാദരക്ഷകൾ ഉപയോഗിക്കേണ്ടിവന്നിരുന്നില്ലെന്നതും ഇതിനൊരു കാരണമായി പറയുന്നു. ഏതായാലും ഒരു കയ്യിലെ വിരലുകളുടെ എണ്ണമായ അഞ്ചിനും അവർ പ്രത്യേകം ചിഹ്നം ഉപയോഗിച്ചിരുന്നു. ഒന്നു മുതൽ നാലുവരെയുള്ള സംഖ്യകൾക്ക് ബിന്ദുക്കളും അഞ്ചിനും അതിന്റെ ഗുണി

തങ്ങൾക്കും തിരശ്ചീന രേഖാ ഖണ്ഡങ്ങളുമാണ് ഉപയോഗിച്ചിരുന്നത്. സ്ഥാനവില എന്ന സങ്കൽപ്പവും അവർക്ക് അറിയാമായിരുന്നു. ചിഹ്നങ്ങൾ ഒന്നിനു മുകളിൽ ഒന്ന് എന്ന രീതിയിലാണ് എഴുതിയിരുന്നത്. ഏറ്റവും ചെറിയ സ്ഥാനം ഏറ്റവും താഴെ. ആദ്യത്തെ അഞ്ചു സ്ഥാനവിലകളും ഇരുപതിന്റെ ഗുണിതങ്ങളായിരുന്നു.

പൂജ്യത്തിന് ആദ്യമായി ഒരു ചിഹ്നം ഉപയോഗിച്ചു തുടങ്ങിയതും ഇവരാണ്. ഒരു ചിപ്പിത്തോടിന്റെ (ഷെൽ) അല്ലെങ്കിൽ തലയുടെ ചിത്രമാണ് ഇതിന് ഉപയോഗിച്ചിരുന്നത്. ഒന്നു മുതൽ നാലുവരെയുള്ള സംഖ്യകളെ കുറിക്കാനുള്ള ബിന്ദുക്കൾക്കു പകരം കല്ലുകളോ ധാന്യമണികളോ ഉപയോഗിച്ചിരുന്നു. അതുപോലെ രേഖാഖണ്ഡങ്ങളുടെ സ്ഥാനത്ത് ചെറിയ കമ്പുകളോ മണികൊറിക്കാത്ത പയറോ ഉപയോഗിച്ചിരുന്നു.

മറ്റൊരു രസകരമായ സംഗതി പഞ്ചാംഗങ്ങൾക്ക് ഇവർ ഇരുപതിനുപകരം 18 ആണ് അടിസ്ഥാനമാക്കിയിരുന്നത് എന്നതാണ്. 18 ദിവസങ്ങളുള്ള 20 മാസങ്ങൾക്കു പുറമെ ബാക്കിവരുന്ന 5 ദിവസങ്ങളുള്ള ഇരുപത്തൊന്നാം മാസമുള്ളതായിരുന്നു അവരുടെ ഒരു വർഷം!

ഈജിപ്റ്റ്

ഈജിപ്ഷ്യൻ ഗണിതശാസ്ത്രത്തെക്കുറിച്ച് നമുക്കുള്ള അറിവ് രണ്ടു പാപ്പിറുകളിൽ നിന്നാണ് - മോസ്കോ പാപ്പിറും റിൻഡ് പാപ്പിറും (ഒരുതരം ചെടിയുടെ തണ്ടിൽ നിന്നുണ്ടാക്കിയ എഴുതാൻ ഉപയോഗിക്കുന്ന കനംകുറഞ്ഞ ഫലകങ്ങൾ). ഇതിൽ ആദ്യത്തേതിൽ 25 പ്രശ്നങ്ങളും രണ്ടാമത്തേതിൽ 85 പ്രശ്നങ്ങളുമാണ് പ്രതിപാദിക്കുന്നത്.

പാപ്പിറസ് ചെടി

ഈജിപ്റ്റുകാർ ഉപയോഗിച്ചിരുന്നത് ദശാംശ സംഖ്യാക്രമമായിരുന്നു - ഓരോ ദശാംശ സ്ഥാനത്തിനും പ്രത്യേകചിഹ്നം ഉപയോഗിച്ചിരുന്നു. അവ താഴെ കൊടുക്കുന്നു:

ഒന്ന് = 1
പത്ത് = ∩
നൂറ് = ൗ

കൂടാതെ ആയിരത്തിന് താമര, പതിനായിരത്തിന് ചൂണ്ടുവിരൽ, ലക്ഷത്തിന് വാൽതവള, പത്തുലക്ഷത്തിന് ആശ്ചര്യപ്പെട്ടു നിൽക്കുന്ന മനുഷ്യൻ എന്നിവയുടെ ചിത്രങ്ങളാണ് ചിഹ്നങ്ങളായി ഉപയോഗിച്ചിരുന്നത്. ഈ ചിഹ്നങ്ങൾ ഉപയോഗിച്ച് അവർ അങ്കഗണിത ക്രിയകളും ചെയ്തി

രുന്നു. സ്ഥാനവില ഇടത്തെ അറ്റത്തുനിന്ന് ആരംഭിക്കുന്നു.

ഉദാഹരണം :

21 = 1 റ റ

456 = 111 റ റ റ 1 1
111 റ റ 1 1

265 = 111 റ റ റ 1
11 റ റ റ 1

456 + 265 = 111 റ റ റ 1 1
111 റ റ റ 1 1
111 റ റ റ 1
11 റ റ റ 1

ഇതിനുശേഷം സ്ഥാനവില കണക്കാക്കുന്നു:

111
111 = 1 റ
111
11

മുകളിലെ 11 പത്തുകളും ഈ ഒരു പത്തും ചേർന്ന് 12 പത്തുകൾ ഉണ്ടാകുന്നു. അതായത് 120. ഇതിലെ ഒരു നൂറും നേരത്തേയുള്ള 6 നൂറുകളും ചേർന്ന് 7 നൂറുകൾ ലഭിക്കുന്നു. ഇങ്ങനെ

1 റ റ 1111
= 721 എന്നു ലഭിക്കുന്നു.
111

ഇതുപോലെ തന്നെ കുറയ്ക്കൽ, ഗുണനം എന്നിവയും ചെയ്തിരുന്നു. ഹരണത്തിനു പകരം ഗുണനം തന്നെ ഉപയോഗിച്ചിരുന്നു. ഉദാഹരണത്തിന് 98-നെ 7 കൊണ്ടു ഹരിക്കുന്നതിനു പകരം ഏതു സംഖ്യയെ 7 കൊണ്ട് ഗുണിച്ചാൽ 98 ലഭിക്കുമെന്നു നോക്കും. സാധാരണ അക്കങ്ങൾ ഉപയോഗിച്ച് ഇത് എങ്ങനെ ചെയ്യുന്നു എന്നു പരിശോധിക്കാം:

$7 \times 2 = 14, \quad 7 \times 4 = 28, \quad 7 \times 8 = 56, \quad 2 + 4 + 8 = 14, \quad 14 + 28 + 56 = 98$

7 എന്ന സംഖ്യയെ 2, 4, 8 എന്നീ സംഖ്യകൾകൊണ്ട് ഗുണിച്ച് അവയുടെ തുക കണ്ടാൽ 98 ലഭിക്കുമെന്ന് മുകളിൽ കൊടുത്തതിൽ നിന്ന് വ്യക്തമാണല്ലോ? അതിനാൽ 2, 4, 8 എന്നിവയുടെ തുക കണ്ടാൽ ഹരണഫലവും ലഭിക്കുന്നു.

ഗ്രീക്ക് സംഖ്യാക്രമം

ഗ്രീക്കുകാർ അവരുടെ ലിപിയെ തന്നെയാണ് സംഖ്യകളെ കുറിക്കാനും ഉപയോഗിച്ചിരുന്നത്. ഈ ലിപികൾ ഫിനീഷ്യൻ ഭാഷയിൽ നിന്നും ജന്മം കൊണ്ടതാണ്. ആരംഭ കാലമായ ക്രിസ്തുവിനു മുമ്പ്

ഒന്നാം സഹസ്രത്തിൽ (ക്രി മു 900) ഫിനീഷ്യൻ ഭാഷയിൽ ഏകദേശം 600 ലിപികൾ ഉണ്ടായിരുന്നത്രെ. കാലക്രമത്തിൽ ഇവയുടെ എണ്ണം ഇരുപത്തിരണ്ടിലേക്ക് ചുരുക്കിക്കൊണ്ടു വന്നു. ഗ്രീക്കുകാർ അവയിൽ ചിലവ കടംകൊള്ളുകയും മറ്റുള്ളവ സ്വയം ഉണ്ടാക്കുകയും ചെയ്തു.

ആദ്യകാല ഗ്രീക്ക് അക്ഷരങ്ങളെ 'ആറ്റിക്' എന്നുപറയുന്നു. ഒന്ന്, രണ്ട്, മൂന്ന്, നാല് എന്നിവയ്ക്ക് I, II, III, IIII എന്നിങ്ങനെ ലംബരേഖകൾ ഉപയോഗിച്ചുപോന്നു. 5ന് പെന്റ് എന്ന വാക്കിന്റെ ആദ്യാക്ഷരമായ π (പൈ) ആണ് ഉപയോഗിച്ചിരുന്നത്. പത്തിന് ഡെക്ക എന്ന വാക്കിന്റെ ആദ്യാക്ഷരമായ Δ (ഡെൽറ്റ) എന്നിവയും. 100, 1000, 10000 എന്നിവയ്ക്കും ഇതുപോലെ തന്നെ അക്ഷരങ്ങൾ ഉപയോഗിച്ചിരുന്നു.

ക്രിസ്തുവിനു മുമ്പ് മൂന്നാം നൂറ്റാണ്ടോടെ ആറ്റിക് സമ്പ്രദായത്തിനു പകരം പുതിയൊരു 'അയോണിയൻ' സമ്പ്രദായം നിലവിൽ വന്നു. ഇതു പ്രകാരം ഒന്നു മുതൽ ഒമ്പതു വരെയുള്ള അക്കങ്ങളെ α, β, γ, δ, ε, ζ, ϑ, θ, എന്നിങ്ങനെ ആദ്യാക്ഷരങ്ങൾ കൊണ്ടും പത്തുമുതൽ 20, 30 എന്നിങ്ങനെ 90 വരെയുള്ള സംഖ്യകളെ അടുത്ത 9 അക്ഷരങ്ങൾ കൊണ്ടും, 100, 200,.... 900 എന്നിവയെ അടുത്ത അക്ഷരങ്ങൾ കൊണ്ടു കുറിച്ചു പോന്നു.

മറ്റൊരു പ്രത്യേകത ഈ സംഖ്യാസമ്പ്രദായത്തിൽ സ്ഥാനവില എന്ന സങ്കൽപ്പം ഉണ്ടായിരുന്നില്ല എന്നതത്രെ. അതിനാൽ സംഖ്യകളെ എഴുതുമ്പോൾ ക്രമത്തിന് (ഓർഡർ) പ്രാധാന്യമില്ലെന്നു വരുന്നു.

ഉദാഹരണം:

$849 = 800 + 40 + 9 = \varpi\mu\theta$

$(800 = \varpi,\ 40 = \mu,\ 9 = \theta)$

ഇതിനെ $\mu\theta\varpi$ എന്നോ $\mu\varpi\theta$ എന്നോ എഴുതിയാലും വിലയിൽ വ്യത്യാസം വരുന്നില്ലല്ലോ?

ബാബിലോണിയൻ സംഖ്യാസമ്പ്രദായം

യൂഫ്രട്ടീസിനും ടൈഗ്രീസിനുമിടയ്ക്കുള്ള മെസപ്പൊട്ടേമിയയിൽ അധിവസിച്ചിരുന്നവരാണ് ബാബിലോണിയക്കാർ എന്ന് അറിയപ്പെടുന്നത്. അയ്യായിരം വർഷം പഴക്കമുള്ള, ഒരുപക്ഷെ ഏറ്റവും പഴക്കമുള്ള, സംഖ്യാ സമ്പ്രദായമാണിത്. ആദ്യത്തെ ഗണിതശാസ്ത്ര പട്ടിക (ടേബിൾസ്) ആണ് അവരുടെ ഏറ്റവും വലിയ നേട്ടം. ക്രിസ്തുവിനു മുമ്പ് 1900നും 1600നും ഇടയ്ക്കുള്ള, പ്രിംസ്റ്റൺ 322 എന്നറിയപ്പെടുന്ന, ഈ പട്ടിക ബ്രിട്ടീഷ് മ്യൂസിയത്തിലുണ്ട്. പൈതഗോറിയൻ ത്രയങ്ങൾ ഇവയിൽ ലഭ്യമാണ്. നബു-റിമന്നി, കിഡിനു എന്നിവരായിരുന്നു അറിയപ്പെടുന്ന രണ്ടേ രണ്ടു ഗണിത ശാസ്ത്രജ്ഞർ - ഇവർ ക്രിസ്തുവിനു മുമ്പ് 480 നോടടുത്ത് ജീവിച്ചിരുന്നതായി കരുതുന്നു.

60 അടിസ്ഥാനമാക്കിയുള്ള ഷഷ്ടിക പദ്ധതി ആണ് ഇവർ ഉപയോഗിച്ചിരുന്നത്. പൂജ്യത്തെക്കുറിച്ച് അവർക്ക് അറിയാമായിരുന്നെങ്കിലും പ്രത്യേക ചിഹ്നം ഉപയോഗിച്ചിരുന്നില്ല. അതിനു പകരം ഒരു ശൂന്യം (ബ്ലാങ്ക് സ്പേസ്) ആണ് ഉപയോഗിച്ചിരുന്നത്. ദിവസത്തെ 24 മണിക്കൂറുകളും, ഇതിനെ വീണ്ടും 60 വെച്ച് മിനുട്ട്, സെക്കന്റ് എന്നിങ്ങനെയും വിഭജിച്ചിരുന്നു.

ആപ്പിന്റെ (വെഡ്ജ്) ആകൃതിയിലുള്ള ചിഹ്നമാണ് ഇവർ ഉപയോഗിച്ചിരുന്നത്. പത്തിൽ താഴെയുള്ള സംഖ്യകളെ കുറിക്കാൻ ‘V’ എന്നും, 10ന് ‘<’ എന്നും ഈ ചിഹ്നം ഉപയോഗിക്കപ്പെട്ടുപോന്നു. 60ന് പ്രത്യേകമായി ‘Δ’ എന്ന ചിഹ്നം ഉപയോഗിച്ചു പോന്നു.

ഉദാഹരണം:

$$4 = \frac{\mathrm{VVV}}{\mathrm{V}} \quad 20 = << \quad 47 = \Sigma\Sigma \frac{\mathrm{VVV}}{\mathrm{VVV}} \quad 64 = \Delta \ \frac{\mathrm{VVV}}{\mathrm{V}}.$$

കളിമണ്ണിൽ കൂർത്ത മുനകൊണ്ട് എഴുതി ഉണക്കിയെടുത്ത കളിമൺ ഫലകങ്ങളാണ് (ക്ലേ ടാബ്ലറ്റ്സ്) എഴുതാൻ ഉപയോഗിച്ചിരുന്നത്.

റോമൻ സമ്പ്രദായം

പ്രാചീനകാലം മുതൽ റോമക്കാർ ഉപയോഗിച്ചിരുന്ന അക്കങ്ങൾ നാം ഇപ്പോഴും ഉപയോഗിക്കാറുണ്ട് - വിപുലമായിട്ടല്ലെങ്കിലും.

ഒന്നിന് I എന്ന ചിഹ്നവും 5ന്, കൈപ്പത്തിയെക്കുറിക്കുന്നു എന്ന ധാരണയിലാകാം, V എന്ന ചിഹ്നവും ഉപയോഗിക്കുന്നു. രണ്ട് അഞ്ചുകൾ ചേർത്ത പത്തിന് $V_{\wedge}$എന്നതിൽ നിന്നാകാം X എന്ന ചിഹ്നമുണ്ടായത്.

റോമൻ സമ്പ്രദായം 5നെ അടിസ്ഥാനമാക്കിയാണെങ്കിലും അവരുടെ ഭാഷയായ ലാറ്റിന് ഇത്തരമൊരു സമ്പ്രദായവുമായി ബന്ധമുള്ളതായി കരുതപ്പെടുന്നില്ല. ഇവർ ഈ സമ്പ്രദായം മറ്റേതോ ജനവിഭാഗത്തിൽ നിന്നും കടംകൊണ്ടതായാണ് ഊഹിക്കപ്പെടുന്നത്.

50, 100, 500, 1000 എന്നിവയ്ക്ക് യഥാക്രമം L, C, D, M എന്നീ അക്ഷരങ്ങളാണ് ഉപയോഗിക്കുന്നത്. (സെന്റീ, മില്ലീ എന്നിവയിൽ നിന്നാണ് C, M എന്നീ അക്കങ്ങൾ ഉണ്ടായിരിക്കുന്നത്). അങ്കഗണിതക്രിയകൾ ദുഷ്കരമാണെങ്കിലും ഇറ്റലിയിൽ 13-ാം നൂറ്റാണ്ടുവരെയും മറ്റ് ചില രാജ്യങ്ങളിൽ 16-ാം നൂറ്റാണ്ടുവരെയും ഇവയാണ് ഉപയോഗിച്ചിരുന്നത്.

ആദ്യകാല അറബിക് അക്കങ്ങൾ

പ്രവാചകന്റെ കാലത്തുതന്നെ അറബികൾക്ക് ഇന്നത്തേതിൽ നിന്ന് വളരെ വ്യത്യസ്തമല്ലാത്ത ലിപികളുണ്ടായിരുന്നു. ഈ ലിപികൾ തന്നെ

യാണ് ആദ്യകാലത്ത് അക്കങ്ങളായും ഉപയോഗിച്ചിരുന്നത്. എന്നാൽ പ്രവാചകന്റെ കാലശേഷം അവർ ഗ്രീക്കു സംസ്കാരവുമായി സമ്പർക്കത്തിലാവുകയും ഗ്രീക്കു സംഖ്യാസമ്പ്രദായം സ്വീകരിക്കുകയും ചെയ്തു.

ഹിന്ദു-അറബിക് അക്കങ്ങൾ

ഇന്നു നാം ഉപയോഗിക്കുന്ന ചിഹ്നങ്ങൾ ഹിന്ദു-അറബിക് എന്ന പേരിൽ അറിയപ്പെടുന്നു. ഈ സമ്പ്രദായം എന്ന് എവിടെ രൂപംപൂണ്ടു എന്നതിനെക്കുറിച്ച് വ്യക്തമായ അറിവ് ഇനിയും ലഭിക്കേണ്ടിയിരിക്കുന്നു. ഇന്ത്യയിലാണ് ഈ സമ്പ്രദായം ഉടലെടുത്തതെന്നതിനെ ചോദ്യം ചെയ്യുന്ന പണ്ഡിതന്മാരുമുണ്ട്. കയ്യെഴുത്തുപ്രതികളോ നാണയങ്ങളോ മറ്റു പുരാവസ്തുക്കളോ ഈ അക്കങ്ങളുടെ ആവിർഭാവത്തിലേക്ക് വെളിച്ചം വീശുന്നില്ല. ഇവയിൽ ഏറ്റവും പഴക്കമുള്ളത് ബ്രഹ്മിലിപികളാണ്. സ്ഥാനവില എന്ന ആശയം ഉപയോഗിക്കാത്ത ഈ സമ്പ്രദായത്തിൽ 1, 2, 3 എന്നിവയ്ക്ക് - , =, ≡ എന്നിങ്ങനെ തിരശ്ചീന രേഖാ ഖണ്ഡങ്ങളാണ് ഉപയോഗിച്ചിരുന്നത്. ഈ സമ്പ്രദായത്തിന് ഇന്നത്തെ അക്കങ്ങളുമായി ഏതെങ്കിലും തരത്തിൽ ബന്ധമുള്ളതായി കരുതുന്നില്ല. വടക്കു പടിഞ്ഞാറൻ ഭാരതത്തിലും മധ്യേഷ്യയിലും ക്രിസ്തുവർഷാരംഭകാലത്ത് ഉപയോഗിച്ചിരുന്ന ഖരോഷ്ടി ലിപികളാണ് മറ്റൊന്ന്.

സ്ഥാനവില എന്ന ആശയവും പൂജ്യത്തിന് പ്രത്യേക ചിഹ്നവുമുള്ള ഇന്നത്തെ സംഖ്യാസമ്പ്രദായം പൂർണമായും ഭാരതീയമാണെന്നാണ് കഴിഞ്ഞ നൂറ്റാണ്ടിന്റെ ആരംഭം വരെ കരുതിയിരുന്നത്. എന്നാൽ സ്ഥാനവില എന്ന സങ്കൽപ്പം ബാബിലോണിയക്കാരുടെ ഇടയിലും, പൂജ്യത്തിനെക്കുറിച്ചുള്ള അറിവ് മയൻമാർക്കും ഉണ്ടായിരുന്നതായി അർഥശങ്കക്കിടമില്ലാത്ത വിധം വ്യക്തമായിട്ടുണ്ട്. ഇന്നുപയോഗിക്കുന്ന ചിഹ്നങ്ങളും കാലക്രമേണയാണ് ഉരുത്തിരിഞ്ഞു വന്നിട്ടുള്ളത്.

ഈ അക്ഷരങ്ങളും ചിഹ്നങ്ങളും കൂടാതെ ചിത്രങ്ങൾ ഉപയോഗിക്കുന്ന രീതിയും, കെട്ടുകൾ ഉപയോഗിക്കുന്ന രീതികളും നിലവിലുണ്ടായിരുന്നു. വിസ്തരഭയത്താൽ അവയെല്ലാം ഒഴിവാക്കുന്നു.

ക്രിയാചിഹ്നങ്ങൾ

അക്കങ്ങൾക്ക് എന്നതുപോലെ തന്നെ ക്രിയാചിഹ്നങ്ങൾക്കും ചരിത്രമുണ്ട്.

പ്രാചീന ബാബിലോണിയ, ഈജിപ്റ്റ് എന്നിവിടങ്ങളിൽ മുന്നോട്ടു നടക്കുന്ന പാദങ്ങൾ കൂട്ടൽ എന്ന ക്രിയയെയും പിന്നോട്ടു നടക്കുന്ന പാദങ്ങൾ കുറയ്ക്കൽ എന്ന ക്രിയയെയും കുറിക്കാൻ ഉപയോഗിച്ചിരുന്നതായി ചില പാപ്പിറുകളിൽ കണ്ടെത്തിയിട്ടുണ്ട്.

ഗ്രീസിൽ വ്യവകലനത്തിന് ആദ്യകാലത്ത് ഉപയോഗിച്ചിരുന്ന ഒരു ചിഹ്നമാണ് ↑. ψ എന്ന ഗ്രീക്ക് അക്ഷരത്തെ തലതിരിച്ചിട്ടതിന്റെ ലളിത

രൂപമാണ് ഇത്. ഹിന്ദുക്കൾക്ക് ആദ്യകാലത്ത് വ്യവകലനത്തിന് ചിഹ്നങ്ങൾ ഒന്നുമുണ്ടായിരുന്നില്ല. (വ്യത്യസ്തമായി കാണപ്പെടുന്നത് 12-ാം നൂറ്റാണ്ടിലേതെന്ന് കരുതപ്പെടുന്ന ബക്ഷാലി കയ്യെഴുത്തുപ്രതിയിൽ മാത്രമാണ്. ഇതിൽ സങ്കലനത്തിന് ഉപയോഗിച്ചിരുന്ന ചിഹ്നം സംസ്കൃത ഭാഷയിൽ യൂ എന്ന അക്ഷരമാണ്. വ്യവകലനത്തിനാണ് + ചിഹ്നം ഉപയോഗിച്ചിരുന്നത്). ഋണസംഖ്യകളെ തിരിച്ചറിയാൻ മുകളിൽ ഒരു ബിന്ദു ഉപയോഗിച്ചിരുന്നു. ബക്ഷാലിയിലാകട്ടെ ഇതിനു പകരം മുകളിൽ + ചിഹ്നമാണ് ഉപയോഗിച്ചിരുന്നത്.

ആധുനിക ഗണിതശാസ്ത്രത്തിൽ ഉപയോഗിക്കുന്ന +, - ചിഹ്നങ്ങൾ ആദ്യമായി ഉപയോഗിച്ചു തുടങ്ങിയത് ജർമനിയിലാണ്. പതിനഞ്ചാം നൂറ്റാണ്ടിന്റെ അവസാനത്തെ രണ്ടു ദശകങ്ങളിലെ കയ്യെഴുത്തുപ്രതികളിലാണ് ഇവ ആദ്യമായി കാണപ്പെട്ടിട്ടുള്ളത്. ഡ്രസ്ഡൻ ഗ്രന്ഥശാലയിലെ 1481ലെ ഒരു കയ്യെഴുത്തുപ്രതിയിലാണ് '-' ചിഹ്നം ആദ്യമായി ഉപയോഗിച്ചു കാണുന്നത്. ഇതിനെ മിന്നെസ് എന്നാണ് വിളിച്ചിരുന്നത്. അച്ചടിയിൽ ആദ്യമായി +, - ചിഹ്നങ്ങൾ ഉപയോഗിച്ച ജെ. വിഡ്മാൻ ഈ കയ്യെഴുത്തുപ്രതിയെ ആണത്രെ അവലംബിച്ചത്. അദ്ദേഹം ലീപ്സിഗ് സർവകലാശാലയിൽ നടത്തിയ പ്രഭാഷണത്തിന്റെ ഒരു വിദ്യാർഥി തയ്യാറാക്കിയ കുറിപ്പുകൾ അവിടത്തെ മാനുസ്ക്രിപ്റ്റ് ലൈബ്രറിയിൽ സൂക്ഷിച്ചിട്ടുണ്ട്.

+ എന്ന ചിഹ്നം et എന്ന ലാറ്റിൻ വാക്കിൽ നിന്നും ഉണ്ടായതാണെന്ന ഒരു പ്രബലമായ അഭിപ്രായമുണ്ട്. ഇതേ അർഥത്തിലുള്ള ചുരുക്കെഴുത്തിന്റെ 102 വിവിധ രൂപങ്ങൾ കണ്ടെടുക്കപ്പെട്ടിട്ടുണ്ട്. അവയിൽ ഒന്നിന് ഇന്നുപയോഗിക്കുന്ന ചിഹ്നത്തിനോട് ഏറെ സാമ്യമുണ്ട്.

'-' ചിഹ്നത്തിന്റെ ഉത്ഭവത്തെക്കുറിച്ച് കാര്യമായ അറിവൊന്നും നമുക്കു ലഭിച്ചിട്ടില്ല. വിശ്വസനീയമായ ഒരു വാദമിതാണ് : സംഭരണികളുടെ ഭാരത്തെ 'മൈനസ്' എന്നാണ് വിളിച്ചിരുന്നത്. മൊത്തം ഭാരത്തിൽ നിന്ന് ഇതു കുറച്ചാലാണല്ലോ അകത്തെ സാധനങ്ങളുടെ (ധാന്യങ്ങൾ തുടങ്ങിയ ഉൽപ്പന്നങ്ങൾ) ഭാരം ലഭിക്കുക? ഇതു കുറിക്കുന്നതിന് വണിക്കുകൾ '-' എന്ന ചിഹ്നം ഉപയോഗിച്ചിരുന്നു. ഈ ചിഹ്നം ഒരു ഈജിപ്ഷ്യൻ ചിഹ്നത്തിൽ നിന്ന് ഉരുത്തിരിഞ്ഞ് വന്നതാണെന്നും അതല്ല അലക്സാൻഡ്രിയൻ വൈയാകരണീയന്മാരാണ് ഇതിന്റെ ഉപജ്ഞാതാക്കളെന്നും വിവിധ അഭിപ്രായങ്ങളുണ്ട്.

ഇതേ കാലഘട്ടത്തിൽതന്നെ പ്ലസ്, മൈനസ്, എന്നിവയ്ക്ക് $\tilde{p}$, $\tilde{m}$ എന്നിങ്ങനെ ആദ്യാക്ഷരങ്ങൾ ചിഹ്നങ്ങളായി പല രാജ്യത്തും ഉപയോഗത്തിലുണ്ടായിരുന്നു. +, - ചിഹ്നങ്ങൾ വാണിജ്യാവശ്യങ്ങളിൽ ഉപയോഗത്തിൽ വരുവാൻ പിന്നേയും നൂറ്റാണ്ടുകൾ കഴിയേണ്ടിവന്നു. അങ്കഗണിതത്തിൽ തന്നെ പതിനാറാം നൂറ്റാണ്ടിലാണ് ഇവ സാർവത്രികമായി ഉപയോഗിച്ചു തുടങ്ങിയത്. പിന്നീട് ബീജഗണിതത്തിലും ഉപയോഗിച്ചു തുടങ്ങിയ ഈ ചിഹ്നങ്ങൾ മറ്റു മേഖലകളിൽ ഉപയോഗിച്ചു തുടങ്ങിയത് പത്തൊമ്പതാം നൂറ്റാണ്ടിൽ മാത്രമാണ്!

ഇന്നു നാം ഉപയോഗിക്കുന്ന + ചിഹ്നം കുരിശടയാളത്തിൽ നിന്നും ഉണ്ടായതാണ്. കുരിശിന്റെ മറ്റു രൂപങ്ങളും വിവിധ രാജ്യങ്ങളിൽ ഉപയോഗിച്ചിരുന്നു.

ഇതിനേക്കാൾ രസകരമായ സംഗതി കുറയ്ക്കുന്നതിന് ഒരുപക്ഷേ ഏറ്റവും ലളിതമായ - എന്ന ചിഹ്നത്തിനു പകരം ഹരണക്രിയയെ സൂചിപ്പിക്കുന്ന ÷ , കൂടാതെ -, - - (രണ്ടു വരകൾ) എന്നിവ ഉപയോഗിച്ചിരുന്നു എന്നതാണ്.

ഗുണനത്തിന് നാം ഉപയോഗിക്കുന്ന X എന്ന ചിഹ്നം സെന്റ് ആൻറൂസിന്റെ കുരിശടയാളമാണ്. ഇതിന്റെ ആദ്യത്തെ ഉപയോഗം കാണുന്നത് ജോൺ നെപിയറിന്റെ *ഡിസ്ക്രിപ്ഷ്യോ* എന്ന കൃതിയുടെ 1618-ലെ ഒരു പതിപ്പിലുള്ള അനുബന്ധത്തിലും വില്യം ഓട്ട്റെഡിന്റെ *ക്ലാവിസ് മാത്തമാറ്റിക* എന്ന കൃതിയിലുമാണ്. നേപിയറിന്റെ കൃതിയിലെ അനുബന്ധവും ഓട്ട്റെഡ് എഴുതി ചേർത്തതാണെന്നാണ് വിശ്വസിക്കപ്പെടുന്നത്.

+, - എന്നിവ പോലെ ഗുണനചിഹ്നത്തിനും നീണ്ട ചരിത്രമുണ്ട്. ഇന്ന് കമ്പ്യൂട്ടറുകളിൽ ഉപയോഗിക്കുന്ന * ചിഹ്നം 17-ാം നൂറ്റാണ്ടിൽ തന്നെ ഉപയോഗത്തിലിരുന്നു. മാത്രമല്ല നാം സാധാരണ ഉപയോഗിക്കുന്ന '.' (ബിന്ദു) ലീബ്നിസ് കൂടുതൽ ഇഷ്ടപ്പെട്ടിരുന്നതായി അദ്ദേഹം തന്നെ പറഞ്ഞിട്ടുണ്ട്. കാരണം X എന്ന ചിഹ്നം അക്ഷരമായി തെറ്റിദ്ധരിക്കപ്പെടാൻ സാധ്യതയുണ്ടല്ലോ?

ഹരണക്രിയയ്ക്ക് നാം ഉപയോഗിക്കുന്ന ÷ എന്ന ചിഹ്നത്തിന് ബ്രിട്ടീഷ് ആധിപത്യവുമായി ബന്ധമുണ്ടെന്നതാണ് രസകരം. 'ഹരണക്രിയാ ചിഹ്നം പോലെ രാഷ്ട്രീയാതിർത്തികളോട് ഇത്രമാത്രം വിധേയത്വം കാണിക്കുന്ന' മറ്റൊരു ചിഹ്നമില്ലത്രെ! (കോമൺവെൽത്ത് കളിയായ ക്രിക്കറ്റുപോലെ). ബ്രിട്ടനിലും അതിന്റെ കോളനികളിലും അമേരിക്കൻ ഐക്യനാടുകളിലും മാത്രമാണത്രെ ഈ ചിഹ്നമുപയോഗിച്ചിരുന്നത്. മറ്റു യൂറോപ്യൻ രാജ്യങ്ങളിലും ലാറ്റിനമേരിക്കൻ രാജ്യങ്ങളിലും ഉപയോഗിച്ചിരുന്നത് ':' എന്ന ചിഹ്നമായിരുന്നു.

മേൽ വിവരിച്ചവയിൽ +, - എന്നീ ചിഹ്നങ്ങൾ രണ്ടു തരത്തിൽ ഉപയോഗിക്കാറുണ്ടല്ലോ - ക്രിയയെ സൂചിപ്പിക്കാനും സംഖ്യയുടെ വിലയെ (+2, -3 എന്നിങ്ങനെ) സൂചിപ്പിക്കാനും. ഈ രണ്ടുതരം ഉപയോഗങ്ങൾ ഇന്ന് നമുക്കു വലിയ തലവേദനയല്ലെങ്കിലും ഒരുകാലത്ത് ഇതും തർക്കവിഷയമായിരുന്നു. അതുകൊണ്ടുതന്നെ +a, -a എന്ന് ഇന്ന് നാം എഴുതുന്നതിനു പകരം ഒരുകാലത്ത് $a\rightarrow$, $\leftarrow a$, $\overrightarrow{a}$, $\overleftarrow{a}$, a_p, a_m എന്ന് പലതരത്തിൽ എഴുതിയിരുന്നു.

അവസാനം കഴിഞ്ഞ നൂറ്റാണ്ടിലെ ഗണിതശാസ്ത്രജ്ഞന്മാർ ഒരു സമവായത്തിലെത്തി. 'മാത്തമാറ്റിക്കൽ അസോസിയേഷൻ ഓഫ് അമേരിക്ക' എന്ന സംഘടന നിയമിച്ച 'നാഷണൽ കമ്മിറ്റി ഓൺ മാത്തമാറ്റിക്കൽ റിക്വയർമെന്റ്സി'ന്റെ 1923-ലെ റിപ്പോർട്ട് താഴെ കാണുന്ന തീരുമാനത്തിലെത്തി:

'ഹരണക്രിയയ്ക്കുള്ള ചിഹ്നങ്ങളായ ÷, : എന്നിവ വാണിജ്യകാര്യ

ങ്ങളിൽ ഒരു തരത്തിലും ഉപയോഗിക്കേണ്ടിവരാറില്ലാത്തതുകൊണ്ട്, ഗണിതശാസ്ത്രത്തിലുള്ള ഉപയോഗം മാത്രം കണക്കിലെടുത്ത് ഭിന്ന സംഖ്യകൾ എഴുതുന്ന രൂപത്തിലുള്ള, അർഥം വ്യക്തമാവുന്ന '/' എന്ന ചിഹ്നം ഉപയോഗിക്കുന്നതാണ് ശരിയായ രീതി.'

സമചിഹ്നം

റോബർട്ട് റെക്കോർഡെയുടെ 1557-ലെ ബീജഗണിതത്തെ സംബന്ധിച്ച ഒരു പുസ്തകത്തിലാണ് സമത്തിന് '=' എന്ന ചിഹ്നമുപയോഗിച്ചിരിക്കുന്നത്. +, - ചിഹ്നങ്ങളും ഒരു ഇംഗ്ലീഷ് പുസ്തകത്തിൽ ആദ്യമായി അച്ചടിച്ചു വന്നിട്ടുള്ളത് ഈ കൃതിയിലാണ്.

റെക്കോർഡെക്കു മുമ്പ് ചിഹ്നത്തിനു പകരം സമം എന്ന അർഥം വരുന്ന വാക്കുകളാണ് ഉപയോഗിച്ചിരുന്നത്. കെപ്ലർ, ഗലീലിയോ, ഫെർമ, പാസ്കൽ തുടങ്ങിയവർക്കൊന്നും ഈ ചിഹ്നത്തെക്കുറിച്ച് അറിയാമായിരുന്നില്ല! അല്ലെങ്കിൽ ഒരു ചിഹ്നത്തിന്റെ ആവശ്യം തോന്നിയിരുന്നില്ല.

റെക്കോർഡെയുടെ പുസ്തകത്തിനു ശേഷവും ഏകദേശം ഒരു നൂറ്റാണ്ടോളം ഈ ചിഹ്നം ഉപയോഗത്തിലുണ്ടായിരുന്നില്ല. 60 വർഷങ്ങൾക്കുശേഷമാണ് മറ്റൊരു ഗ്രന്ഥത്തിൽ ഈ ചിഹ്നം അച്ചടിച്ചു വന്നതു തന്നെ.

മറ്റൊരു രസകരമായ വസ്തുത ഇതേ ചിഹ്നം മറ്റ് അർഥങ്ങളിലും ഉപയോഗിച്ചിരുന്നു എന്നതാണ്. ഉദാഹരണത്തിന് ഒരു കാലഘട്ടത്തിൽ ഇത് ദശാംശചിഹ്നത്തിനു പകരം ഉപയോഗിച്ചിരുന്നു. അതായത് 1 = 5 എന്നത് തെറ്റായ ഒരു സമവാക്യമല്ല 1.5 എന്ന സംഖ്യയാണ്!

പതിനേഴാം നൂറ്റാണ്ടിൽ ഇംഗ്ലണ്ടിൽ റെക്കോർഡെയുടെ = എന്ന ചിഹ്നം ആധിപത്യം സ്ഥാപിച്ചു. ജോൺവാലിസ്, ഐസക് ബാരോ, ഐസക് ന്യൂട്ടൺ എന്നിവരുടെ കൃതികളാണ് ഇതിന് സഹായിച്ചത്. പതിനെട്ടാം നൂറ്റാണ്ടോടെ ഈ ചിഹ്നം മറ്റു യൂറോപ്യൻ രാജ്യങ്ങളിലേക്കും വ്യാപിച്ചു. ഇതിനു കാരണക്കാരൻ ജർമൻ ഗണിതശാസ്ത്രജ്ഞനായിരുന്ന കാൾ ലിബ്നിസാണ്. ബാരോവിന്റെ ഒരു കൃതി വായിച്ച അദ്ദേഹം തന്റെ ആദ്യകൃതിയിൽ ഈ ചിഹ്നം ഉപയോഗിച്ചെങ്കിലും അടുത്ത 20 വർഷങ്ങളോളം ഇത് ഉപയോഗിച്ചില്ല. എങ്കിൽപോലും കലനത്തിന്റെ (കാൽക്കുലസ്) പിതൃത്വം അവകാശപ്പെടുന്ന ലീബ്നിസും ന്യൂട്ടനും അംഗീകരിച്ചു എന്നതും, കലനത്തിൽ ലീബ്നിസിന്റെ ചിഹ്നങ്ങളാണ് വ്യാപകമായി ഉപയോഗത്തിൽ വന്നത് എന്നതുകൊണ്ടും ഈ കാലയളവിൽ '=' എന്ന ചിഹ്നം സാർവത്രിക അംഗീകാരം നേടി.

ഏതൊരു ശാസ്ത്രശാഖയിലും ഉപയോഗിക്കുന്ന ഓരോ ചിഹ്നങ്ങൾക്കും ഇത്തരം നീണ്ട ചരിത്രമുണ്ട്. ഗണിതശാസ്ത്രത്തിലെ തന്നെ മറ്റു ചിഹ്നങ്ങളെക്കുറിച്ച് പ്രതിപാദിക്കുന്നതും ഇവിടെ പ്രായോഗികമല്ല.

പൂജ്യവും (0) അനന്തവും (∞)

സംഖ്യകൾക്ക് ചിഹ്നങ്ങളുടെ ഉപയോഗം ഒരുപക്ഷെ എഴുത്ത് തുടങ്ങിയകാലം തന്നെ ആരംഭിച്ചിരുന്നു. ഇത് അങ്കഗണിതത്തിന്റെ പുരോഗതിയിൽ നിർണായക പങ്കുവഹിച്ചിട്ടുണ്ട്. കൂടാതെ ഇത് ഗണിതശാസ്ത്രത്തിന്റെ പൊതുവായ ചിഹ്നങ്ങളിലേക്കും സൂത്രങ്ങളിലേക്കു (ഫോർമുലകൾ)മുള്ള ആദ്യ കാൽവെപ്പുമായിരുന്നു. നാം കണ്ടപോലെ രണ്ടാമത്തെ കാൽവെപ്പായ ക്രിയകൾക്ക് ചിഹ്നങ്ങളുടെ ഉപയോഗം എത്രയോ കാലങ്ങൾക്കുശേഷമാണ് നിലവിൽവന്നത്. ഇതിനുശേഷമുള്ള മൂന്നാമത്തെ പ്രധാന കാൽവെപ്പായിരുന്നു സംഖ്യകൾക്കുപകരം x തുടങ്ങിയ അക്ഷരങ്ങൾ ഉപയോഗിച്ച് (ബീജഗണിതത്തിൽ) പൊതുവായ തത്വങ്ങൾ കണ്ടെത്തൽ. ഇതിന് പിന്നെയും നൂറ്റാണ്ടുകൾ കാത്തിരിക്കേണ്ടിവന്നു.

സംഖ്യ ഒരു അമൂർത്ത ആശയമാണല്ലോ? അതിനാൽ അത് തൊട്ടു കാണിക്കാൻ സാധിക്കയില്ല. മനസിൽ ഒരു പ്രതിബിംബം സൃഷ്ടിക്കുമെന്നു മാത്രം. ഇതിന് ഒരു ഭാഷ ആവശ്യമാണ് - ഒരു പേരില്ലാതെ അമൂർത്ത സങ്കൽപ്പവുമില്ല. ചിഹ്നം ഒരു നാമം കൂടിയാണ്. അത് വാചികമല്ലെങ്കിലും എഴുതുവാൻ കഴിയുമെന്നതിനാൽ ഉദ്ദേശിക്കുന്ന ആശയത്തിന്റെ ഒരു ദൃശ്യപ്രതിബിംബം മനസിലേക്ക് കൊണ്ടുവരുന്നു. സംഖ്യ എന്ന സങ്കൽപ്പം ഉരുത്തിരിഞ്ഞു വരാൻ നൂറ്റാണ്ടുകൾ വേണ്ടിവന്നു എങ്കിലും ഇപ്പോൾ ഒരു കൊച്ചുകുട്ടിക്കുപോലും മനസിലാക്കാൻ സാധിക്കുന്നു എന്നതും ഇത്തരം ചിഹ്നങ്ങളുടെ പ്രാധാന്യം ചൂണ്ടിക്കാണിക്കുന്നു.

ഇങ്ങനെ ചിഹ്നങ്ങൾ ഒന്നാമതായി അമൂർത്ത സംഖ്യകൾക്കു മൂർത്തമായ ഒരു ദൃശ്യപ്രതിബിംബം സൃഷ്ടിക്കാൻ ഉപകരിച്ചു. (നാം ഏഴ് എന്നു കേൾക്കുമ്പോൾ മുമ്പ് നിർവചനത്തിൽ പറഞ്ഞപോലെ ഏഴ് അംഗങ്ങളുള്ള ഒരു സങ്കരമല്ല നമ്മുടെ മനസിലെത്തുന്നത്; 7 എന്ന ചിഹ്നമാണ്). അക്ഷരങ്ങൾ ഉപയോഗിച്ച് എഴുതുന്നതിനേക്കാൾ എത്രയോ എളുപ്പമാണല്ലോ അക്കങ്ങൾ ഉപയോഗിച്ച് എഴുതുന്നത്. അതിനാൽ ചിഹ്നങ്ങൾ ഉപയോഗിച്ച് ക്രമേണ എത്ര വലിയ സംഖ്യകളെക്കുറിച്ചും നമുക്ക് സങ്കൽപ്പിക്കാമെന്നു വന്നു. ആദ്യകാലത്ത് നികുതി പിരിവിലും, സേനാവ്യൂഹങ്ങളുടെ കാര്യത്തിലും മറ്റുമായിരിക്കും ഇത്തരം വലിയ സംഖ്യകളുടെ ആവശ്യങ്ങൾ ഉയർന്നുവന്നത്.

സംഖ്യകൾക്ക് ചിഹ്നങ്ങൾ ഉപയോഗിച്ചതോടുകൂടി ക്രിയകളും എളുപ്പമായി. ബുദ്ധി ഉപയോഗിച്ചുള്ള കണക്കുകൂട്ടലിന്റെ നല്ലൊരു ഭാഗം ഏതെങ്കിലും എഴുതാനുള്ള മാധ്യമങ്ങൾ ഉപയോഗിച്ചുള്ള, കാലക്രമേണ യാന്ത്രികമായ, ക്രിയകൾ കൊണ്ട് പകരംവയ്ക്കാൻ സാധിച്ചു.

നാം ഇന്ന് ഉപയോഗിക്കുന്ന സംഖ്യാവ്യവസ്ഥ ദശാംശമാണെന്നു മാത്രമല്ല; സ്ഥാനവില എന്ന സങ്കൽപ്പമാണ് കൂടുതൽ പ്രാധാന്യമുള്ളത്. 10 എന്ന് എഴുതുമ്പോൾ ഇവിടെ 1ന്റെ വില പത്താണല്ലോ? ഇതുപോലെ

ഒരേചിഹ്നം തന്നെ അതിന്റെ സ്ഥാനവില അനുസരിച്ച് പത്തിന്റെ ഗുണിതങ്ങളെ പ്രതിനിധാനം ചെയ്യുന്നു.

സ്ഥാനവില ആണ് പൂജ്യത്തിനെ ഗണിതശാസ്ത്രത്തിലേക്ക് കൊണ്ടുവന്നത്. എഴുന്നൂറ്റി ഒന്ന് എന്ന് എഴുതണമെന്നു കരുതുക. ഇവിടെ ഏഴു നൂറുകളും ഒരു ഒന്നുമാണ് ഉള്ളത്. പത്തുകളൊന്നുമില്ല. 71 എന്ന് എഴുതിയാൽ സംഖ്യതന്നെ മാറിപ്പോകും. ആദ്യകാലത്ത് ബാബിലോണിയക്കാരും മറ്റും ഒരു ശൂന്യസ്ഥലം വിടുകയായിരുന്നു. എന്നാൽ ഇതുമൂലം തെറ്റുകൾ വരുവാൻ സാധ്യതയുണ്ടല്ലോ? ഇവിടെയാണ് പൂജ്യം അങ്കഗണിതത്തിലേക്ക് കടന്നുവന്നത്.

മറ്റു സംഖ്യകളിൽ നിന്ന് പൂജ്യത്തെ വ്യത്യസ്തമാക്കുന്നത് എന്താണ്? മറ്റേതൊരു സംഖ്യയുടേയും വാമപക്ഷമായിരുന്നാൽ സംഖ്യക്ക് ഒന്നും സംഭവിക്കില്ല. സംഖ്യകളോടു കൂട്ടിയാലും കുറച്ചാലും ഒന്നും സംഭവിക്കില്ല. എന്നാൽ വലതുവശത്തു ചേർന്നാൽ വില ദശഗുണം വർധിപ്പിക്കും. ഗുണിച്ച് പെരുപ്പിക്കാൻ ശ്രമിച്ചാൽ ഫലം സമ്പൂർണ നിഗ്രഹം. ഏതെങ്കിലും സംഖ്യയെ 'ഹരിച്ചാ'ലോ ഫലം അനന്തം!

ഇത്രയും അർഥഗർഭമായ പൂജ്യത്തെ ഗണിതശാസ്ത്രത്തിനു സംഭാവന ചെയ്തത് ഭാരതമാണെന്ന് തീർത്തും പറയാം. മറ്റു രാജ്യങ്ങളിലും പൂജ്യത്തെക്കുറിച്ച് ധാരണകളുണ്ടായിരുന്നെങ്കിലും. ഉദാഹരണമായി ദൈനംദിന ജീവിതത്തിലും കച്ചവടത്തിലുമെല്ലാം 'ഇല്ലായ്മ' എന്ന അവസ്ഥ ഉണ്ടല്ലോ? എന്നാൽ ഇതിനെ ഗണിതശാസ്ത്രത്തിലെ പൂജ്യമായി കണക്കാക്കാനാവില്ല. ഭാരതത്തിലാകട്ടെ സംസ്കൃത ഭാഷയിലും ഹിന്ദിയിലും പൂജ്യത്തിനുള്ള പേര് 'ശൂന്യം' എന്നാണ്.

സംഖ്യയെ സങ്കരങ്ങളിലെ എണ്ണത്തിൽനിന്നും മോചിപ്പിച്ചപ്പോഴാണ് വലിയ സംഖ്യകൾക്ക് അർഥമുണ്ടായത്. ഇങ്ങനെ ചിഹ്നങ്ങൾ ഉപയോഗിച്ച് നമുക്ക് എത്ര വലിയ സംഖ്യകളെക്കുറിച്ചും സങ്കൽപ്പിക്കാമെന്നും അവ ഉപയോഗിച്ച് ക്രിയകൾ ചെയ്യാമെന്നും വന്നു. അതായത് എത്ര വലിയ സംഖ്യയിലേക്കും എണ്ണാതെ തന്നെ എത്താമെന്നു വന്നു. ഉദാഹരണമായി ആയിരം ലക്ഷം എന്ന സംഖ്യ ആയിരം വർഷങ്ങളിലുള്ള നിമിഷങ്ങളേക്കാൾ വലിയ എണ്ണത്തെയാണ് കുറിക്കുന്നത്. ഇത്രയും വലിയ സംഖ്യയിൽ എണ്ണിയെണ്ണി എത്താൻ സാധ്യമല്ലെങ്കിലും ഇതുപോലെയുള്ള സംഖ്യകൾ ഉപയോഗിച്ചുള്ള ക്രിയകൾ ചിഹ്നങ്ങളുടെ ഉപയോഗത്താൽ സാധ്യമായി. ഇങ്ങനെ ചിഹ്നങ്ങളുപയോഗിച്ച് ചൈനക്കാരും ബാബിലോണിയക്കാരും ഈജിപ്ഷ്യൻസും ഭാരതീയരും ദശലക്ഷങ്ങൾ വരെ കൈകാര്യം ചെയ്തിരുന്നു. ഈ അവസരത്തിലാണ് അനന്തമെന്ന ആശയത്തെക്കുറിച്ച് ചിന്തിക്കാനും തുടങ്ങിയത് - അതായത് ഒടുങ്ങാത്ത എണ്ണൽ.

എണ്ണൽ അനന്തമായി തുടരാമെന്നതിൽ നിന്ന് അനന്തം (ഇൻഫിനിറ്റി, ∞) എന്ന 'സംഖ്യ' ഗണിതശാസ്ത്രത്തിൽ പ്രവേശിച്ചു. ഇതിനെ

ക്കുറിച്ച് നമുക്ക് പിന്നീട് പരിഗണിക്കേണ്ടതുണ്ട്. ഒരു കാര്യം മാത്രം - ഈ അനന്തം പ്രാചീനകാലം മുതൽ ഉപയോഗിച്ചിരുന്ന അനന്തത്തിൽ നിന്ന് വ്യത്യസ്തമാണ്. ഏകമല്ലാത്തത് അനേകവും അനേകമെന്നാൽ അനന്തവുമായിരുന്ന ഒരു കാലമുണ്ടായിരുന്നു. (നാം മുപ്പത്തി മുക്കോടി ദൈവങ്ങൾ എന്ന് കൃത്യമായി പറയാറുണ്ടെങ്കിലും അവരുടെ ഒരു പട്ടിക ലഭ്യമല്ലല്ലോ?) പൗരസ്ത്യരിൽ നിന്നു വ്യത്യസ്തമായ ഒരു ശാസ്ത്രീയ വീക്ഷണം ഗ്രീക്കുകാർക്ക് ഉണ്ടായിരുന്നതിനാൽ അവർ അൽപ്പം ഭയ പ്പാടോടെയാണ് ഈ 'ഭീമാകാരനെ' കണ്ടിരുന്നത്. അതിനാൽതന്നെ ആർക്കിമെഡീസ് എന്ന മഹാനായ ശാസ്ത്രജ്ഞൻ പ്രപഞ്ചം മുഴുവൻ നിറയ്ക്കാൻ വേണ്ട മണൽതരികളുടെ എണ്ണത്തെക്കുറിച്ച് തലപുകഞ്ഞാ ലോചിച്ചു.

ക്രിസ്തുവിനുമുമ്പ് മൂന്നാം നൂറ്റാണ്ടോടെ ഗ്രീക്കുകാർ രണ്ടു കാര്യ ങ്ങൾ മനസ്സിലാക്കിയിരുന്നു.

1. സംഖ്യകളുടെ അനുക്രമം (സീക്വൻസ്) അനന്തമായി നീട്ടാം.
2. സംഖ്യകൾ തമ്മിൽ അങ്കഗണിത ക്രിയകൾ ചെയ്യാമെന്നു മാത്രമല്ല ഈ ക്രിയകളുടെ പൊതുവായ നിയമങ്ങൾ കണ്ടു പിടിക്കാനും സാധിക്കും.

ഏതെങ്കിലും ഒരു സംഖ്യയുടെ ഏതെങ്കിലും ഗുണവിശേഷത്തെ ക്കുറിച്ചുള്ള ഒരു സാമാന്യനിയമം വിവിധ സംഖ്യകളുടെ ഒരു പ്രത്യേ കത ഉൾക്കൊണ്ടെന്നിരിക്കും. ഇവയെക്കുറിച്ചുള്ള സാമാന്യതത്വങ്ങൾ സാമാന്യയുക്തികൾ ഉപയോഗിച്ച് തെളിയിക്കണം - അവയാകട്ടെ സംഖ്യാശ്രേണികളുടെ അടിസ്ഥാന ഗുണങ്ങൾ അനുസരിച്ചുള്ളവയു മായിരിക്കണം. ഇങ്ങനെ ക്രി മു രണ്ടാം നൂറ്റാണ്ടിൽ എഴുതപ്പെട്ട യൂക്ലി ഡിന്റെ *മൂലപ്രമാണങ്ങൾ* എന്ന കൃതിയിൽ നാം പൂർണസംഖ്യകളെ ക്കുറിച്ചുള്ള സിദ്ധാന്തങ്ങൾ കാണുന്നു. അഭാജ്യ സംഖ്യകളുടെ എണ്ണം അനന്തമാണെന്നും യൂക്ലിഡ് തെളിയിച്ചു. തെളിവ് വളരെ എളുപ്പമാണ്. ഒരുകൂട്ടം അഭാജ്യസംഖ്യകൾ തമ്മിൽ ഗുണിച്ച് അതിന്റെകൂടെ ഒന്നു കൂട്ടിയാൽ ലഭിക്കുന്നത് കൂടുതൽ വലിയ ഒരു അഭാജ്യസംഖ്യയായി രിക്കും.

ഇങ്ങനെ സംഖ്യകളുടെ ഗുണവിശേഷങ്ങളുടെ അറിവിൽനിന്ന് അങ്ക ഗണിത സിദ്ധാന്ത (തിയററ്റിക്കൽ അരിത്മാറ്റിക്) മെന്ന ശുദ്ധഗണിത ശാസ്ത്രശാഖ പിറന്നു. ഇതുതന്നെയാണ് ഗണിതശാസ്ത്രത്തിന്റെയും ജന്മമുഹൂർത്തം. കാരണം ജ്യാമിതിയും കൂടെ ഉണ്ടായിരുന്നു.

സംഖ്യയുടെ പൊരുൾ തേടിയുള്ള ഈ യാത്ര തൽക്കാലം നമുക്കു നിർത്തേണ്ടിവന്നിരിക്കുന്നു. കാരണം ഇനിയുള്ള അന്വേഷണത്തിന് ജ്യാമിതിയുടെ മാത്രമല്ല ബീജഗണിതത്തിന്റേയും സഹായം ആവശ്യ മാണ്.

5

ജ്യാമിതി

ജ്യാമിതിയുടെ ആരംഭം എന്ന് എന്നു ചോദിച്ചാൽ, അങ്കഗണിതത്തിന്റേതുപോലെ തന്നെ, വ്യക്തമായൊരുത്തരം ലഭിക്കയില്ല. നാം മുമ്പു കണ്ടതുപോലെ ജ്യാമിതിയും അങ്കഗണിതവും സമപ്രായക്കാരാണ്. ചരിത്രാതീതകാലം മുതൽ തന്നെ ഈജിപ്റ്റുകാർ മഹാത്ഭുതങ്ങളായ പിരമിഡുകൾ ഉണ്ടാക്കാൻ തുടങ്ങിയിരുന്നുവല്ലോ? ഇവ ഏറ്റവും വലിയ ജ്യാമിതീയ സൃഷ്ടികളായിരുന്നെങ്കിലും ഗണിതശാസ്ത്രശാഖയെന്ന നിലയ്ക്ക് ജ്യാമിതിയുടെ പഠനം ആരംഭിച്ചത് ഗ്രീക്കുകാർ തന്നെയാണ്. ജ്യാമിതിയുടെ ഇംഗ്ലീഷ് പദമായ ജ്യോമട്രിയിൽ, ജിയോ എന്നത് ഭൂമി എന്നർഥം വരുന്ന ഗ്രീക്കു വാക്കാണ്. ഗ്രീക്കു ദർശനത്തിന്റെ അടിസ്ഥാനംതന്നെ ജ്യാമിതിയാണെന്ന് പറയാറുണ്ട്. ഭാരതീയ ദർശനത്തിന്റേത് ഭാഷാശാസ്ത്രവും. ആദ്യത്തേതിന്റെ ഉപജ്ഞാതാവ് യൂക്ലിഡും രണ്ടാമത്തേതിന്റെ പാണിനിയും.

എന്താണ് ജ്യാമിതി? ഇതിൽ നാം എന്താണ് പഠിക്കുന്നത്? ബിന്ദുക്കളും രേഖകളും പ്രതലങ്ങളും ഇവയിൽ ചിലതാണ്. എന്നാൽ മനുഷ്യർ എക്കാലവും രൂപങ്ങളിൽ ആകൃഷ്ടരായിരുന്നു. ലോകത്തിന്റെ പല ഭാഗങ്ങളിൽ നിന്നും കണ്ടെടുത്തിട്ടുള്ള ഇരുപത്തയ്യായിരം വർഷങ്ങളോളം പഴക്കമുള്ള ചിത്രങ്ങൾതന്നെ ഇതിനു സാക്ഷ്യം വഹിക്കുന്നു. നായാട്ടുകാരായിരുന്ന അവർ തങ്ങൾക്കു പരിചിതമായിരുന്ന മൃഗങ്ങളെ വരയ്ക്കുമ്പോൾ നേർരേഖകളും വക്രരേഖകളും ബിന്ദുക്കളുമെല്ലാം അവരുടെ ശ്രദ്ധ ആകർഷിച്ചിരിക്കണം. ഇതിൽ നിന്നു മാത്രം അവർക്ക് ജ്യാമിതി അറിയാമായിരുന്നെന്ന് പറയാൻ സാധിക്കയില്ലെങ്കിലും.

നൂറ്റാണ്ടുകളോളം യൂറോപ്യൻമാരും മധ്യപൗരസ്ത്യ ദേശക്കാരും, വടക്കേ ആഫ്രിക്കക്കാരുമെല്ലാം കരുതിയിരുന്നത് അവർക്ക് ജ്യാമിതി

മുഴുവൻ അറിയാമായിരുന്നെന്നാണ്. കാരണം ജ്യാമിതി എന്നാൽ പുരാതന ഗ്രീക്ക് ജ്യാമിതി അഥവാ യൂക്ലിഡിന്റെ ജ്യാമിതി എന്നാണ് അർഥമാക്കിയിരുന്നത്; യൂക്ലിഡിന്റെ *മൂല പ്രമാണങ്ങൾ* എന്ന ഗ്രന്ഥത്തിൽ ഉള്ളതും ഒരുപക്ഷെ അതിൽ ഉത്തരം കാണാൻ കഴിയാത്ത ചില പ്രശ്നങ്ങളും.

ഗ്രീക്കുകാർ ജ്യാമിതിയിൽ കാര്യമായ മുന്നേറ്റങ്ങൾ നടത്തിയിരുന്നു എന്ന് നാം കാണാൻ പോകുന്നുണ്ട്. ജ്യാമിതിയിൽ ഊന്നിക്കൊണ്ട് എന്താണ് ഗണിതശാസ്ത്രമെന്ന ചോദ്യം അവർ ഉന്നയിച്ചു. 'തെളിവ്' എന്ന സങ്കൽപ്പത്തിന് അവർ രൂപംനൽകി. ജ്യാമിതിയെ അവർ യുക്തിചിന്തയുടെ അടിത്തറയിൽ പടുത്തുയർത്തി. അതിന്റെ പല വശങ്ങളുടെയും പുതുമ ഇന്നും നശിച്ചിട്ടില്ല. ഗണിതശാസ്ത്രമെന്നാൽ അവർക്ക് ജ്യാമിതിയായിരുന്നു.

ജ്യാമിതീയ ഗുണങ്ങളുടെ പഠനമാണ് ജ്യാമിതി. പക്ഷെ ഈ നിർവചനം അപൂർണമാണ്. കാരണം എന്താണ് ജ്യാമിതീയ ഗുണങ്ങൾ എന്ന പ്രശ്നമുയരുന്നു. ബിന്ദുക്കൾ, രേഖകൾ, കോണുകൾ, പ്രതലങ്ങൾ എല്ലാം പഠനവിഷയമാക്കുന്ന ഗുണങ്ങളാണ്. ഒരു ത്രികോണത്തിന്റെയോ പന്തിന്റെയോ ആകൃതി ജ്യാമിതീയഗുണമാണ്. എന്നാൽ പന്തിന്റെ ദൃഢത, നിറം ഒന്നും ജ്യാമിതീയമല്ല. ഇങ്ങനെ നമുക്ക് വിവിധ ഗുണങ്ങൾ ജ്യാമിതീയമാണോ അല്ലയോ എന്നു പറയാം. എന്നാൽ എന്താണ് ജ്യാമിതി?

ഒരു സമതലത്തിൽ കിടക്കുന്ന ത്രികോണാകൃതിയിലുള്ള ഒരു വസ്തുവിനെ സങ്കൽപ്പിക്കുക. അവയുടെ വശങ്ങളെല്ലാം തുല്യമാണെന്നും കരുതുക. സ്വാഭാവികമായും അവയുടെ കോണുകളും സമങ്ങൾ ആയിരിക്കും. കോണുകളുടെ മൊത്തം തുക 180 ഡിഗ്രി ആയതിനാൽ ഓരോന്നും 60 ഡിഗ്രി വീതമായിരിക്കും.

ഈ ത്രികോണരൂപത്തെ എടുത്തു സമതലത്തിന്റെ മറ്റൊരു ഭാഗത്ത് വെച്ചു എന്നു കരുതുക. അപ്പോഴും അത് ഒരു സമഭുജ ത്രികോണം തന്നെയായിരിക്കുമല്ലോ? അതിന്റെ വശങ്ങളുടേയും കോണുകളുടേയും അളവുകൾക്കും വ്യത്യാസം വരുന്നില്ല. ഇതുതന്നെയാണ് യൂക്ലിഡ് നടത്തിയ അനുമാനവും:

'ഒരു വസ്തുവിന്റെ സ്ഥാനാന്തരണം, കറക്കം തുടങ്ങിയ ചലനങ്ങളിൽ മാറ്റം വരാത്ത (അചരങ്ങളായ, ഇൻവേരിയന്റ് ആയ) ഗുണവിശേഷങ്ങളുടെ പഠനമാണ് ജ്യാമിതീയ പഠനം.'

യൂക്ലിഡിന്റെ ജ്യാമിതിയിൽ നീളങ്ങളും കോണുകളും ജ്യാമിതീയ ഗുണങ്ങളാണ്. കാരണം വശങ്ങൾ തുല്യമായ രണ്ടു ത്രികോണങ്ങൾ ജ്യാമിതീയമായി സമങ്ങളാണ്. ഇതുപോലെ തന്നെയാണ് ഒരേ വ്യാസമുള്ള രണ്ടു ഗോളങ്ങൾ.

നവോത്ഥാനകാലത്ത് പിറവിയെടുത്ത മറ്റൊരു ജ്യാമിതിയുണ്ട് - പ്രക്ഷേപക ജ്യാമിതി (പ്രൊജക്ടീവ് ജ്യോമട്രി). ത്രിമാന വസ്തുക്ക

ളുടെ ചിത്രങ്ങൾ ഇതിന് ഒരു ഉദാഹരണമാണ്. ഇത്തരം ഒരു ചിത്രം വസ്തുവിന്റെ ഒരു പ്രൊജക്ഷൻ ആണ്.

ഒരു തൂണിന്റെ ചിത്രത്തിൽനിന്ന് അതിന്റെ ചുറ്റളവ് നേരിട്ടളക്കാൻ സാധിക്കയില്ലല്ലോ? കോണുകളുടെ കാര്യവും ഇതുപോലെതന്നെ. അങ്ങനെ പ്രക്ഷേപക ജ്യാമിതിയിൽ ദൂരം, കോണുകൾ എന്നിവ അചരങ്ങളല്ല. ഈ ജ്യാമിതി മറ്റൊരുതരം ചലനങ്ങളിലൂടെയാണ് നിർവചിക്കുന്നത്. ഈ ചലനങ്ങളെയാണ് പ്രക്ഷേപകമെന്നു പറയുന്നത്. കാഴ്ചയിൽ വ്യത്യസ്തമായ രൂപങ്ങൾ ഈ ജ്യാമിതിയിൽ സമങ്ങളാവാം.

ഇന്ന് ഇവ കൂടാതെ പല ജ്യാമിതികളുമുണ്ട്. എന്നാൽ ഏകദേശം രണ്ടായിരം വർഷങ്ങൾ വേണ്ടിവന്നു ജ്യാമിതീയ സവിശേഷതകൾ എന്താണ് എന്നു മനസിലാക്കാനും, ഇത്തരം മറ്റു ജ്യാമിതികൾ രൂപപ്പെടുത്തിയെടുക്കാനും. ജ്യാമിതിക്ക് നാലായിരം വർഷത്തിലധികം പഴക്കമുണ്ടെങ്കിലും അതിന്റെ പുറന്തോടുപോലും മുഴുവൻ മാന്തിപ്പൊളിക്കുവാൻ ഇനിയും കഴിഞ്ഞിട്ടില്ലെന്നാണ് പ്രഗത്ഭന്മാർ പോലും കരുതുന്നത്.

ക്രിസ്തുവിനു മുമ്പ് അഞ്ചാം നൂറ്റാണ്ടിലെ ഗ്രീക്കു ചരിത്രകാരൻ ഹെറോഡോട്ടസിന്റെ അഭിപ്രായത്തിൽ ജ്യാമിതി ആരംഭിക്കുന്നത് ഈജിപ്റ്റിലാണ്. അതിന്റെ ആരംഭമാകട്ടെ ആവശ്യത്തിൽ നിന്നുമാണ്. ആണ്ടോടാണ്ട് ആവർത്തിക്കുന്ന നൈൽനദിയിലെ വെള്ളപ്പൊക്കംമൂലം ഭൂവിസ്തൃതിയിലുണ്ടാകുന്ന വ്യത്യാസം അറിയാൻ. കാരണം വിസ്തീർണം അനുസരിച്ചായിരുന്നു സർക്കാർ നികുതി ചുമത്തിയിരുന്നത്. ഇതിനായി അവർ ഉപയോഗിച്ചിരുന്നത് കെട്ടുകളിട്ട ചരടുകളായിരുന്നു. ഇവരെ വിളിച്ചിരുന്നതും 'ചരടു പിടിക്കുന്നവർ' (റോപ് സ്ട്രെച്ചേഴ്സ്) എന്നാണ്. ഇതിന്റെ സൂത്രം വളരെ ലളിതമായിരുന്നു. ചരടിനെ പന്ത്രണ്ട് തുല്യഭാഗങ്ങളായി ഭാഗിച്ചിട്ടുണ്ടെന്നിരിക്കട്ടെ. 3, 7 എന്നിവിടങ്ങളിൽ ഓരോ കെട്ടുമുണ്ടെന്നിരിക്കട്ടെ. ഫലത്തിൽ നമുക്ക് 3, 4, 5 എന്നീ നീളങ്ങളുള്ള മൂന്നു ഭാഗങ്ങൾ ലഭിക്കുന്നു. ഇവയെ വളച്ചുവെച്ച് നമുക്ക് ഒരു മട്ടത്രികോണം ലഭിക്കുമല്ലോ? (പൈതഗോറസ് സിദ്ധാന്തം: $3^2 + 4^2 = 25 = 5^2$) ഇങ്ങനെ പരിമിതമായ ഉപയോഗങ്ങൾക്കുവേണ്ട ജ്യാമിതിയെ വികസിപ്പിച്ചിരുന്നുള്ളു എങ്കിലും ഇവതന്നെ അടുത്തു കിടക്കുന്ന ഗ്രീക്കുകാരിൽ മതിപ്പുളവാക്കി.

ഒരുപക്ഷെ ഈജിപ്റ്റിനേക്കാൾ ഗണിതശാസ്ത്രത്തിൽ പുരോഗതി നേടിയിരുന്നത് മെസൊപ്പൊട്ടേമിയ ആയിരുന്നു. ഇത് ഇന്ന് അമേരിക്ക ചുട്ടുകരിച്ചുകൊണ്ടിരിക്കുന്ന ഇറാക്കിന്റെ ഒരു ഭാഗമാണ്. ഇവരുടെ സംഭാവനകൾ കളിമൺ ഫലകങ്ങൾ മൂലം ഇന്ന് കൂടുതൽ അറിയപ്പെടുന്നു. ഇത്തരം ആയിരക്കണക്കിന് ഫലകങ്ങൾ കണ്ടെത്തിയിട്ടുണ്ടെങ്കിൽ ഈജിപ്റ്റിന്റേതായി ഏതാനും പാപ്പിറുകൾ മാത്രമേ അവശേഷിക്കുന്നുള്ളു.

ക്ലെ ടാബ്‌ലറ്റ്സ്

എന്നാൽ മെസെപ്പൊട്ടേമിയക്കാർക്ക് ജ്യാമിതിയേക്കാൾ ബീജഗണിതത്തിലായിരുന്നു താൽപ്പര്യം. അതിനാൽ തന്നെ പൈതഗോറസ് സിദ്ധാന്തം ബീജഗണിത രൂപത്തിൽ അവർക്ക് അറിയാമായിരുന്നു. ഈജിപ്റ്റുകാർ ദശാംശ സംഖ്യാ സിദ്ധാന്തം ഉപയോഗിച്ചിരുന്നപ്പോൾ ഇവർ ഷഷ്ടിക പദ്ധതി ഉപയോഗിച്ചിരുന്നതായി നാം കണ്ടു.

ആദ്യകാലം മുതൽ തന്നെ ഗ്രീക്കുകാർ വ്യത്യസ്തരായിരുന്നു. അവർക്ക് അങ്കഗണിത ക്രിയകളിലേക്കാൾ ജ്യാമിതിയുടെ താത്വികമായ രൂപവൽക്കരണത്തിലായിരുന്നു താൽപ്പര്യം. അതിനാൽ തന്നെ ജ്യാമിതീയ രൂപങ്ങളുടെ വർഗീകരണത്തിലും ഓരോന്നിന്റെയും പ്രത്യേകതകൾ പഠിക്കുന്നതിലുമായിരുന്നു അവർ മുൻകയ്യെടുത്തത്. എന്ത് അറിയുന്നു എന്നതു മാത്രമല്ല എങ്ങനെ അറിയുന്നു എന്നതും (എന്താണ് അറിവ് എന്നതും) അവർക്ക് പ്രധാനമായിരുന്നു. ഈ ഗ്രീക്ക് ഗവേഷണ രീതിക്ക് ആരംഭം കുറിച്ചത് ഗ്രീക്കു ഗണിതശാസ്ത്രജ്ഞരുടെയും ദാർശനികരുടെയും നീണ്ട ശൃംഖലയിലെ ആദ്യ കണ്ണിയായിരുന്ന മിലറ്റെസിലെ ഥേൽസ് തന്നെയാണ്. വ്യാസം ഒരു വൃത്തത്തെ രണ്ട് സമഭാഗങ്ങളാക്കുന്നു എന്ന പ്രത്യക്ഷ സത്യത്തിന് ഒരു തെളിവു വേണമെന്ന് അദ്ദേഹം നിഷ്കർഷിച്ചത് ഗ്രീക്ക് നിഗമനരീതിയുടെ (ഡിഡക്ടീവ് രീതി) ആരംഭമായിരുന്നു.

മൂന്ന് ജ്യാമിതീയ പ്രശ്നങ്ങൾ

ഗ്രീസ് എന്നു കേട്ടാൽ നമുക്ക് ആദ്യം ഓർമ വരിക തലസ്ഥാനമായ ഏതൻസാണ്. ഗണിതശാസ്ത്ര ചരിത്രത്തിൽ തന്നെ ഏറ്റവും പ്രസിദ്ധമായ മൂന്നു പ്രശ്നങ്ങൾ ഇവിടെയാണ് പിറവിയെടുത്തത്.

ഇവയിൽ ആദ്യത്തേതായ ഘനത്തിന്റെ ഇരട്ടിപ്പിക്കലി(ഡബിളിങ്ങ് ഓഫ് ക്യൂബ്) നെക്കുറിച്ച് രസകരമായ ഒരു കഥയുണ്ട്. ഏകദേശം ബി.സി 430-ൽ ഏതൻസിൽ ഏതോ പകർച്ചവ്യാധിയാലെന്നവണ്ണം ആളുകൾ മരിച്ചു വീഴാൻ തുടങ്ങി. ദൈവകോപമാണെന്നു ഭയന്ന ജനങ്ങൾ ദൈവത്തിന്റെ പ്രതിനിധിയായ കോമരത്തെ സമീപിച്ചു. അദ്ദേഹം പരി

ഹാരം നിർദേശിച്ചു: അപ്പോളോ ദൈവത്തിന്റെ അൾത്താരയുടെ വലുപ്പം ഇരട്ടിയാക്കണം. ഈ അൾത്താര ഘന (ക്യൂബ്) രൂപത്തിലുള്ളതായിരുന്നു. കൂടുതൽ ആലോചിക്കുവാൻ നിന്നില്ല. ഓരോ വശത്തിന്റെയും നീളം ഇരട്ടിപ്പിച്ചു. ഫലമോ വ്യാപ്തം എട്ടിരട്ടിയായി. ഈ അനുഭവത്തിൽ നിന്ന് ഒരു പ്രസിദ്ധമായ പ്രശ്നം ഉയർന്നുവന്നു - 'ക്യൂബിന്റെ വ്യാപ്തം ഇരട്ടിപ്പിക്കൽ'.

മറ്റു രണ്ടു പ്രശ്നങ്ങൾകൂടി ഏകദേശം ഈ കാലത്ത് ഉയർന്നുവന്നു. ഇവയിൽ ആദ്യത്തേതാണ് തന്നിട്ടുള്ള ഒരു കോണിനെ റൂളറും കോമ്പസും ഉപയോഗിച്ച് മൂന്നു സമഭാഗങ്ങളാക്കൽ. മൂന്നാമത്തേത് അസാധ്യം എന്ന അർഥത്തിൽ ഇംഗ്ലീഷ് ഭാഷയിൽ ഉപയോഗിക്കാറുള്ള സ്ക്വയറിങ്ങ് ഓഫ് സർക്കിൾ.

റൂളറും കോമ്പസും ഉപയോഗിച്ച് (യൂക്ലിഡിന്റെ ജ്യാമിതിയുടെ അടിസ്ഥാനത്തിൽ) ഈ മൂന്നു പ്രശ്നങ്ങൾക്കും പരിഹാരമില്ല എന്ന് കണ്ടെത്തിയത് രണ്ടായിരത്തിലേറെ വർഷങ്ങൾക്കുശേഷമാണ് - ബീജഗണിതമുപയോഗിച്ച് പത്തൊമ്പതാം നൂറ്റാണ്ടിൽ.

പൈതഗോറസ്

ഇന്ന് നാം പൈതഗോറസിനെ ഒരു ഗണിതശാസ്ത്രജ്ഞനായാണ് അറിയുന്നതെങ്കിലും അദ്ദേഹത്തിന്റെ സമകാലീനർ അങ്ങനെ കരുതിയിരുന്നില്ല. ചിലർ അദ്ദേഹത്തെ ഒരു മതസ്ഥാപകനായി (ആദ്യത്തെ മതം?) കണക്കാക്കി. അദ്ദേഹത്തിന്റെ പല അത്ഭുത കഥകളും മെനഞ്ഞുണ്ടാക്കി. ജനപ്രിയനായിരുന്നതിനാൽ അന്നത്തെ കൊമേഡിയന്മാർ വേദികളിൽ അദ്ദേഹത്തെ ഒരു ഹാസ്യകഥാപാത്രമായിപോലും അവതരിപ്പിച്ചു. മതവും ധാർമികമൂല്യങ്ങളുമായുള്ള ബന്ധമായിരുന്നു അദ്ദേഹത്തിന്റെ വീക്ഷണത്തിന്റെ അടിസ്ഥാനവും. ദൈവം ഒന്നേയുള്ളു, ആ ദൈവം ഒന്ന് എന്ന സംഖ്യകൊണ്ട് പ്രതിനിധാനം ചെയ്യപ്പെട്ടിരിക്കുന്നു. മറ്റെല്ലാ സംഖ്യകളും ഒന്നിന്റെ ഗുണിതങ്ങളാണെന്നപോലെ ലോകം തന്നെ ഈ ഏകദൈവത്താൽ സൃഷ്ടിക്കപ്പെട്ടിരിക്കുന്നു. അതിനാൽ ലോകത്തിലെ സർല ചരാചരങ്ങളേയും സംഖ്യകളുടെ നിയമങ്ങൾകൊണ്ടു മനസിലാക്കാം. വീണക്കമ്പിയുടെ നീളവും ശ്രുതിയുമായുള്ള ബന്ധത്തിൽനിന്ന് അദ്ദേഹം സംഗീതവും സംഖ്യയുടെ രൂപമായി കണക്കാക്കി. 'പ്രപഞ്ചം മുഴുവൻ സംഗീതസാന്ദ്രവും സംഖ്യാനിബിഡവുമാണ്.'

സംഗീതവും കമ്പികളുടെ നീളവുമായുള്ള ബന്ധത്തെ പൈതഗോറിയന്മാർ വികലമായി മനസിലാക്കിയതിന്റെ ഫലമായി അവർ ശാസ്ത്രത്തിൽ പരീക്ഷണങ്ങളുടെ പങ്കിനെ പാടെ നിഷേധിച്ചു. പിന്നീട് പ്ലേറ്റോ സിദ്ധാന്തവൽക്കരിച്ച ഈ ദർശനഫലമായി ആർക്കിമെഡീസിന് ഗ്രീസിൽ അനുയായികളില്ലാതെ പോയി. പക്ഷെ ഈ ഒരു ദർശനമാണ്

മറ്റൊരു തരത്തിൽ യൂക്ലിഡിന്റെ ജ്യാമിതിയുടെ അടിസ്ഥാനമായതെന്നും പറയാം.

നമുക്ക് ഇവിടെ പൈതഗോറസിന്റെ ജ്യാമിതിയെക്കുറിച്ചാണ് പ്രതിപാദിക്കാനുള്ളത്. പ്രപഞ്ചം മുഴുവൻ സംഖ്യാമയമാണെന്നു മാത്രമല്ല പൂർണസംഖ്യകളെ അദ്ദേഹം നക്ഷത്രസമൂഹ (കോൺസ്റ്റലേഷൻ) ങ്ങളെപോലെ ബിന്ദുക്കളുടെ കൂട്ടങ്ങളായി കണക്കാക്കി. ഇത്തരം ബിന്ദു സങ്കരങ്ങളിൽ നിന്ന് നമുക്ക് സംഖ്യാ സിദ്ധാന്തങ്ങളിലെത്തിച്ചേരാം. ഉദാഹരണത്തിന് ചിത്രത്തിൽ (എ) കാണിച്ചിട്ടുള്ള ത്രികോണ സംഖ്യകൾ.

1

2 3

4 5 6

7 8 9 10

ചിത്രം എ

ഇതിലെ ഓരോ വരിയിലും ക്രമത്തിൽ 1, 2, 3, 4...... എന്നിങ്ങനെ സംഖ്യകൾ ഉണ്ട്. ആദ്യത്തെ രണ്ടു വരിയിലെ സംഖ്യകളുടെ എണ്ണം 3. അടുത്തതു കൂട്ടിയാൽ 6, ഒരു വരികൂടി എടുത്താൽ 10 എന്നിങ്ങനെ

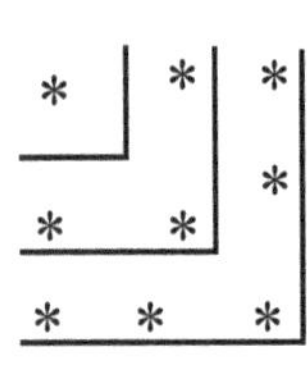

ചിത്രം ബി

ചിത്രം സി

പോകുന്നു. ഈ അടിസ്ഥാനത്തിൽ 1, 3, 6, 10, 15... തുടങ്ങിയ സംഖ്യകളെ അദ്ദേഹം (പൈതഗോറിയന്മാർ) ത്രികോണസംഖ്യകൾ എന്നുവിളിച്ചു.

രണ്ടാമത്തെ ചിത്രത്തിൽ ഇതുപോലെ സമചതുര സംഖ്യകൾ കാണിച്ചിരിക്കുന്നു. 1, 4, 9, 16.... ഇവയാകട്ടെ പൂർണവർഗങ്ങളാണല്ലോ? (1, 2^2, 3^2, 4^2....) ബിന്ദുക്കളുടെ എണ്ണം എടുക്കുകയാണെങ്കിൽ

1, 1+3=4, 4+5=9...... എന്നിങ്ങനെ പോകുന്നു. ഫലത്തിൽ നാം

1 + 3 + 5 + 7 + ...

എന്നിങ്ങനെ ഒറ്റ സംഖ്യകളുടെ സംഖ്യാശ്രേണിയെടുക്കുകയാണ് ചെയ്യുന്നത്.

ഇനി നമ്മൾ ഇരട്ട സംഖ്യകൾ എടുത്താലോ?

2, 6, 12, 20.... തുടങ്ങിയ ദീർഘചതുര സംഖ്യകൾ (റെക്ടാങ്കുലർ നമ്പേർസ്) ലഭിക്കുന്നു (ചിത്രം സി)

ഇത്തരത്തിൽ അവർ സമചതുരങ്ങളെ ഒറ്റസംഖ്യകളോടും ദീർഘ ചതുരങ്ങളെ ഇരട്ടസംഖ്യകളോടും ബന്ധപ്പെടുത്തി. ദീർഘചതുരങ്ങളുടെ എണ്ണം സമചതുരങ്ങളിലേതിനേക്കാൾ വളരെ കൂടിയിരിക്കണമല്ലോ? (കാരണം ഒരു സമചതുരമുണ്ടാക്കാൻ നമുക്ക് ഒരു വശത്തിന്റെ നീളം തിരഞ്ഞെടുക്കുവാനുള്ള സ്വാതന്ത്ര്യമേ ഉള്ളൂ. എന്നാൽ ഒരു ദീർഘ ചതുരത്തിന്റെ കാര്യത്തിൽ നമുക്ക് രണ്ടു വശങ്ങളും സ്വതന്ത്രങ്ങളായി തിരഞ്ഞെടുക്കുവാനുള്ള സ്വാതന്ത്ര്യമുണ്ട്). അതുകൊണ്ട് പൈതഗോറിയന്മാർ തെറ്റായ ഒരു നിഗമനത്തിലെത്തി - ഇരട്ടസംഖ്യകളുടെ എണ്ണം ഒറ്റസംഖ്യകളുടേതിനേക്കാൾ വളരെ കൂടുതലാണ്.

ഇന്ന് പൈതഗോറസ് സിദ്ധാന്തം എന്ന് അറിയപ്പെടുന്ന സിദ്ധാന്തം അദ്ദേഹത്തിന്റെ കാലത്തിനും എത്രയോമുമ്പ് അറിയാമായിരുന്നതാണ്.

അപരിമേയ സംഖ്യകൾ മട്ടത്രികോണവും പൈതഗോറസ് തത്വവും ഉപയോഗിച്ച് മനസിലാക്കുന്നതാണ് എളുപ്പം. എന്നാൽ പൈതഗോറിയന്മാർ ക്രമപഞ്ചഭുജങ്ങളുടെ (റഗുലർ പെന്റഗൺ) പഠനത്തിൽ നിന്നാണ് ഇവ കണ്ടെത്തിയത്. ഈ കണ്ടുപിടുത്തത്തിനാണ് ഹിപ്പായുസ് എന്ന പൈതഗോറിയന് തന്റെ ജീവൻതന്നെ വിലയായി നൽകേണ്ടിവന്നത്.

പ്ലേറ്റോ, ആർക്കിമെഡീസ്

പ്ലേറ്റോ അടിസ്ഥാനപരമായി ഒരു ദാർശനികനായിരുന്നു. പക്ഷെ മറ്റു യൂറോപ്യൻ ദർശനങ്ങളുടെ പോലെ പ്ലേറ്റോവിന്റെയും ദർശനത്തിന്റെ അടിസ്ഥാനം ജ്യാമിതിയായിരുന്നു. (ഗ്രീക്കുകാർക്ക് ഗണിതശാസ്ത്രമെന്നാൽ ജ്യാമിതിയായിരുന്നു. അല്ലാത്തതിനെ അവർ ജ്യാമിതീകരിക്കും - ജ്യോമട്രൈസ് ചെയ്യും). ബലതന്ത്രവുമായി ബന്ധപ്പെട്ട പ്രശ്നങ്ങൾക്ക് പരിഹാരം കാണാൻ ഗണിതശാസ്ത്രമുപയോഗിച്ചിരുന്ന യൂഡോക്സസിനേയും ആർക്കിട്ടസിനെയുമെല്ലാം അദ്ദേഹം പുച്ഛിച്ചു. ഇതെല്ലാം ജ്യാമിതിയെ അതിന്റെ ആത്മീയ ഔന്നത്യത്തിൽ നിന്ന് ഇഹലോകത്തിലെ ചെളിക്കുണ്ടിലേക്ക് വലിച്ചു താഴ്ത്തുമെന്ന് അദ്ദേഹം വിശ്വസിച്ചു. ജ്യാമിതി ആശയങ്ങളുടെ ലോകത്തിലേക്കുള്ള രഥമാണ്. അതിനെ സമ്പത്ത് ആർജിക്കാൻ ഉപയോഗിക്കരുത്. യൂക്ലിഡിന്റെ *മൂലപ്രമാണങ്ങൾ* ഈ പ്ലാറ്റോണിക് ദർശനത്തിന് ഒരു ഉദാഹരണമാണ്. പ്രയുക്ത ഗണിതശാസ്ത്രത്തെ സ്പർശിക്കപോലും ചെയ്യാതിരിക്കാൻ അദ്ദേഹം വളരെയധികം ശ്രദ്ധിച്ചു.

പ്ലേറ്റോയെപ്പോലെ ആർക്കിമെഡീസും ഇത്തരം നിർബന്ധങ്ങൾ മുറുകെ പിടിച്ചിരുന്നു. ജീവിതാവശ്യങ്ങളുമായുള്ള ബന്ധം അറിവിന്റെ നന്മയെയും സൗന്ദര്യത്തെയും മങ്ങിക്കുന്നു എന്ന് അദ്ദേഹവും വിശ്വസിച്ചിരുന്നു. എന്നാൽ ഈ അധമപ്രവൃത്തികളിലാണ് അദ്ദേഹത്തിന്റെ

പ്രതിഭ ഏറ്റവും ഉജ്വലമായത് എന്നതാണ് ഒരു വിരോധാഭാസം. അദ്ദേഹം ആയുധങ്ങൾ രൂപകൽപ്പന ചെയ്ത് യുദ്ധങ്ങളിൽ അന്നത്തെ ചക്രവർത്തിയെ സഹായിക്കുകപോലും ചെയ്തിട്ടുണ്ട്!

എന്നാൽ ഈ പ്രായോഗികത ഗണിതശാസ്ത്രതത്വങ്ങളുടെ നൈർമല്യത്തെ ഒരിക്കലും ബാധിക്കരുതെന്ന് അദ്ദേഹത്തിന് നിർബന്ധമുണ്ടായിരുന്നു. 1906-ൽ മാത്രം കണ്ടെടുക്കപ്പെട്ട ചില കയ്യെഴുത്തുപ്രതികൾ ഇതിന് സാക്ഷ്യം വഹിക്കുന്നു (കോൺസ്റ്റാന്റിനോപ്പിൾ മാനുസ്ക്രിപ്റ്റ്സ്). അദ്ദേഹം *ഇറാസ്തോസനീസിന്* എഴുതിയ ഒരു കത്തിൽ പറയുന്നു:

> ചില ജ്യാമിതീയ സിദ്ധാന്തങ്ങൾ എന്റെ ചിന്തയിൽ ആദ്യം ഉയർന്നുവരുന്നത് ചില യാന്ത്രികമായ രീതി ഉപയോഗിച്ചാണ്. എന്നാൽ അവ ജ്യാമിതിയുടെ രീതിശാസ്ത്രമുപയോഗിച്ച് തെളിയിക്കേണ്ടതാണ്. ആദ്യം ഇതിൽ എത്തിച്ചേർന്ന വഴികൾ ഈ തെളിവ് നിർമിക്കാൻ സഹായകമാവുന്നു... അതുകൊണ്ടാണ് ഞാൻ പറയുന്നത് കോണിന്റെയും പിരമിഡിന്റെയും വ്യാപ്തത്തെക്കുറിച്ച് ആദ്യം പ്രസ്താവിച്ച ഡെമോക്രിറ്റസ്സിന് അവ നിഷ്കൃഷ്ടമായി തെളിയിച്ച യൂഡോക്സസിന് തുല്യമായ അംഗീകാരം നൽകണമെന്ന്.

ഗോളത്തിന്റെ ഉപരിതലവിസ്തീർണം കണ്ട രീതി ആർക്കിമെഡീസിന്റെ ജ്യാമിതിയുടെ കരുത്തിന് ഉദാഹരണമാണ്.

യൂഡോക്സസ് - നിഷ്കാസനരീതി

പ്ലേറ്റോ ഒരു ഗണിതശാസ്ത്രജ്ഞനായിരുന്നില്ലെങ്കിലും അദ്ദേഹം തന്റെ ശിഷ്യന്മാരെ അതു പഠിക്കാൻ പ്രോത്സാഹിപ്പിച്ചു. ഇവരിൽ ഒരാളാണ് ആ കാലത്തെ ഏറ്റവും പ്രശസ്തനായ ഒരു ഗണിതശാസ്ത്രജ്ഞനായിരുന്ന യൂഡോക്സസ് (ക്രി മു 408-355). ആരംഭത്തിൽ ആർക്കിട്ടസിന്റെ വിദ്യാർഥിയായിരുന്ന അദ്ദേഹം പിന്നീടാണ് പ്ലേറ്റോവിന്റെ ശിഷ്യനായത്.

യൂഡോക്സസ് ഗ്രീക്കുകാരനായിരുന്നില്ല. ഇന്നത്തെ തുർക്കിയിലെ സിസിയസുകാരനായിരുന്ന അദ്ദേഹത്തിന്റെ പ്രധാന സംഭാവനയാണ്

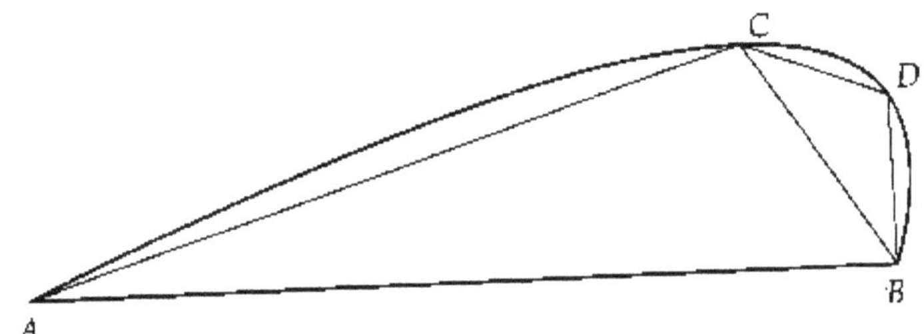

'നിഷ്കാസനരീതി' (മെത്തേഡ് ഓഫ് എക്സോസ്ഷൻ). ഏകദേശം രണ്ടായിരം വർഷങ്ങൾക്കുശേഷം ലീബ്നിസും ന്യൂട്ടനും കണ്ടുപിടിച്ച കലന(കാൽക്കുലസ്)ത്തിനോട് ഇതിനുള്ള സാമ്യം അത്ഭുതാവഹമാണ്. ഇതിന്റെ ഏറ്റവും ലളിതവും മനോഹരവുമായ ഒരു ഉപയോഗമാണ് ആർക്കിമെഡീസ് പരാബോളയുടെ ഒരു ഖണ്ഡത്തിന്റെ വിസ്തീർണം കണ്ടുപിടിച്ചത്.

ഈ പരാബോളയെ അദ്ദേഹം ത്രികോണങ്ങൾകൊണ്ട് നിറച്ചു. ത്രികോണങ്ങളുടെ വിസ്തീർണം കാണാനുള്ള സൂത്രവാക്യം അറിയാവുന്നതാണല്ലോ? ഈ ത്രികോണങ്ങളുടെ വിസ്തീർണങ്ങളുടെ ഒരു ശ്രേണിയുടെ തുകയിൽനിന്നാണ് അദ്ദേഹം മൊത്തം വിസ്തീർണം കണ്ടത്. ക്രമത്തിൽ ചെറുതായി വരുന്ന സംഖ്യകളുടെ ഈ ശ്രേണി അഭിസാരി (കൺവർജന്റ്) ആകയാൽ അവയുടെ തുകയ്ക്ക് കൃത്യമായ സീമ (ലിമിറ്റ്) ഉണ്ടെന്നുകാണാം.

യൂക്ലിഡിന്റെ *മൂലപ്രമാണങ്ങൾ*

യൂക്ലിഡ് ഗണിതശാസ്ത്ര ലോകത്ത് പ്രസിദ്ധനാണെന്നതിൽ കൂടുതൽ അദ്ദേഹത്തിന്റെ വ്യക്തിജീവിതത്തെക്കുറിച്ച് യാതൊരറിവുമില്ല. ജീവിതകാലത്തെക്കുറിച്ചും കൃത്യമായ അറിവില്ല. ക്രി മു 330-നും 275-നും ഇടയിലാണെന്നു കരുതപ്പെടുന്നു. ചില മതഗ്രന്ഥങ്ങൾ ഒഴിവാക്കിയാൽ അദ്ദേഹത്തിന്റെ *മൂലപ്രമാണങ്ങൾ* എന്ന കൃതിപോലെ കാലത്തെ അതിജീവിച്ച ഒരു കൃതിയില്ല. അന്നു നിലവിലുണ്ടായിരുന്ന ജ്യാമിതിയെ ക്രോഡീകരിക്കുകയാണ് അദ്ദേഹം ചെയ്തത്. ചിലതെല്ലാം യൂഡോക്സസിന്റേതാണെന്നറിയാമെങ്കിലും മറ്റുള്ളവയെക്കുറിച്ച് അദ്ദേഹം ഒന്നും പറയുന്നില്ല.

ഈ ഗ്രന്ഥം ഒരു പാഠപുസ്തകമെന്ന നിലയിലാണ് രചിച്ചിരിക്കുന്നത്. ഗ്രന്ഥത്തെ 13 പുസ്തകങ്ങൾ അഥവാ അധ്യായങ്ങളായി തിരിച്ചിരിക്കുന്നു. ആദ്യത്തെ അധ്യായത്തിൽ അന്നത്തെ ജ്യാമിതിയുടെ ഒരു മുഖവുരയാണ്. മറ്റ് അധ്യായങ്ങളിലെ ചില രസകരമായ കാര്യങ്ങൾ താഴെ കൊടുക്കുന്നു:

1. ഇന്ന് ജ്യാമിതീയ ബീജഗണിതം (ജ്യോമട്രിക് ആൾജിബ്ര) എന്നു വിളിക്കപ്പെടുന്ന ഗണിതശാഖയെക്കുറിച്ച് വിശദമായി പ്രതിപാദിച്ചിരിക്കുന്നു. അന്ന് അവർ ബീജഗണിതത്തിൽ കാര്യമായി ശ്രദ്ധ ചെലുത്തിയിരുന്നില്ല. അതിനേയും അവർ ജ്യാമിതി ആക്കി എന്നുപറയാം.

2. ഇന്നു നാം അപരിമേയം എന്നു വിളിക്കുന്ന സംഖ്യകളെ അസമ്മേയ സംഖ്യകൾ (ഇൻകമ്മെൻസുറബിൾ നമ്പറുകൾ) എന്ന പേരിൽ പരിചയപ്പെടുത്തുന്നു.

3. അഭാജ്യസംഖ്യകളുടെ എണ്ണം അനന്തമാണെന്ന് തെളിയിച്ചിരിക്കുന്നു.

4. യൂഡോക്സസ്സിന്റെ നിഷ്കാസനരീതി വിവരിച്ചിരിക്കുന്നു.

5. നിഗമനരീതി (ഡിഡക്ടീവ് റീസണിങ്) ഉപയോഗിച്ച് സമതല ജ്യാമിതി (പ്ലെയിൻ ജ്യോമട്രി)യിലെ തത്വങ്ങൾ തെളിയിച്ചിരിക്കുന്നു.

6. താരതമ്യേന കുറവാണെങ്കിലും ത്രിമാന (ഘര) ജ്യാമിതിയിലെ കുറെ തത്വങ്ങളും അദ്ദേഹം തെളിയിക്കുന്നുണ്ട്.

ജ്യാമിതിയോടുള്ള അദ്ദേഹത്തിന്റെ സമീപനമാണ് ഏറ്റവും പ്രധാനം. ഇന്ന് എല്ലാ ശാസ്ത്രശാഖകളും ഉപയോഗിക്കുന്ന പ്രമാണങ്ങളെ അടിസ്ഥാനമാക്കിയുള്ള നിഗമനരീതി ഉപയോഗിക്കുന്ന ഏറ്റവും പഴയ ഗ്രന്ഥം!

നാം പുതിയ കാര്യങ്ങൾ കണ്ടുപിടിക്കുന്നത് തെളിയിക്കപ്പെട്ടു കഴിഞ്ഞിട്ടുള്ള വസ്തുതകളെ അവലംബിച്ചാണ്. ജിജ്ഞാസുക്കളായ കുട്ടികളോടു കഥ പറഞ്ഞുകൊടുക്കുന്നപോലെയാണ് ഇത്. അവർ വീണ്ടും വീണ്ടും അതെന്താ അങ്ങനെ ഇതെന്താ ഇങ്ങനെ എന്നെല്ലാം ചോദിച്ച് ഉത്തരം മുട്ടിച്ചെന്നിരിക്കും. ഇവിടെ ഉത്തരം മുട്ടിയാൽ ഉത്തരം കിട്ടി എന്നുതന്നെയാണ് അർഥം. (ഓരോ ചോദ്യത്തിനും തെളിയിക്കപ്പെട്ടു കഴിഞ്ഞ വസ്തുതകൾ ഉപയോഗിച്ച് ഉത്തരം കണ്ടെത്തുന്നു). അതിനാൽ ഉത്തരം മുട്ടുന്ന പ്രശ്നമില്ല. ഇങ്ങനെ ചെന്നു മുട്ടിനിൽക്കുന്ന ചോദ്യങ്ങൾക്കുള്ള ഉത്തരങ്ങളാണ് തെളിവ് കൂടാതെ സത്യമായംഗീകരിക്കപ്പെടുന്ന അഭിഗൃഹീതങ്ങളും അടിസ്ഥാന പ്രമാണങ്ങളും.

അടിസ്ഥാന പ്രമാണങ്ങൾ സാർവലൗകിക സിദ്ധാന്തങ്ങളാണ്. ഉദാഹരണമായി യൂക്ലിഡിന്റെ അഞ്ചാമത്തെ പ്രമാണം: “പൂർണം അതിന്റെ തന്നെ ഒരു ഭാഗത്തേക്കാൾ വലുതാണ്.” ഇത് ഗണിതശാസ്ത്രത്തിനു മാത്രം ബാധകമായ ഒരു വസ്തുത അല്ലല്ലോ? അഭിഗൃഹീതങ്ങൾ എന്നാൽ ചില പ്രത്യേക വിഷയത്തിൽ മാത്രം ബാധകമായ അംഗീകൃത സത്യങ്ങളാണ്. ഉദാഹരണമായി രണ്ട് ബിന്ദുക്കൾ ഒരു നേർരേഖയെ നിർണയിക്കുന്നു എന്നത് ജ്യാമിതിയെ സംബന്ധിച്ചുള്ള ഒരു പ്രമാണമാണ്.

ഇത്തരം പ്രമാണങ്ങളെയും അഭിഗൃഹീതങ്ങളെയും സത്യമെന്ന് അംഗീകരിക്കാതെ ഒരു ജ്യാമിതിയോ മറ്റേതെങ്കിലും ഒരു വ്യവസ്ഥിതിയോ ഇല്ല. ഇവയുടെ അപ്രമാദിത്വത്തിന് അടിസ്ഥാനമെന്തെന്നാൽ ഇവയെല്ലാം അനുഭവങ്ങളിൽനിന്ന് ഉരുത്തിരിഞ്ഞു വന്നവയാണ് എന്നതാണ്. ഉദാഹരണമായി എത്രയോ രേഖകൾ വരച്ചു നോക്കിയതിനുശേഷമായിരിക്കണം യൂക്ലിഡിന്റെ ഒന്നാമത്തെ അഭിഗൃഹീതമായ “ഒരു ബിന്ദുവിൽനിന്ന് ഏതു ബിന്ദുവിലേക്കും നേർരേഖയുണ്ടായിരിക്കും” എന്ന സത്യത്തിലെത്തിച്ചേർന്നിരിക്കുക.

ഗ്രീക്കുകാർ കൊതിച്ചത് യുക്ത്യാധിഷ്ഠിതമായ ഒരു ജ്യാമിതിയായിരുന്നു. കിടച്ചതാകട്ടെ യുക്ത്യാധിഷ്ഠിതമായ നിഗമനങ്ങളുടെ ശൃംഖലകളും. A എന്ന നിബന്ധനയിൽ നിന്ന് പുറപ്പെട്ട് എത്തിച്ചേരാവുന്ന അടുത്ത നിഗമനമാണ് B. ഇതിൽനിന്ന് യുക്തിപൂർവം എത്താവുന്നതാണ് C എന്ന നിഗമനം എന്നിങ്ങനെ പോകുന്നു. എന്നാൽ A ശരിയാണോ? ഇത്തരം കുഴയ്ക്കുന്ന പ്രശ്നങ്ങൾക്കാണ് അടിസ്ഥാന

പ്രമാണങ്ങളും അഭിഗൃഹീതങ്ങളും വഴി യൂക്ലിഡ് ഉത്തരങ്ങൾ കണ്ടെത്തിയത്.

തന്റെ ആദ്യത്തെ പുസ്തകത്തിന്റെ ആരംഭത്തിൽ അദ്ദേഹം നിർവചനങ്ങളുടെ ഒരു നീണ്ട പട്ടിക തന്നെ നൽകുന്നു. ഇതേ തുടർന്ന് പ്രമാണങ്ങളുടെയും അഭിഗൃഹീതങ്ങളുടെയും ഒരു ചെറിയ പട്ടികയും - അഞ്ചെണ്ണം വീതം. ഇവയെല്ലാമാണ് അദ്ദേഹം തന്റെ ജ്യാമിതി പടുത്തുയർത്താനുപയോഗിച്ച ഇഷ്ടികകൾ.

അടിസ്ഥാന പ്രമാണങ്ങൾ പൊതുവേ ബാധകമായ സാമാന്യ പ്രസ്താവനകളാണല്ലോ? അതിനാൽ അഞ്ച് അഭിഗൃഹീതങ്ങളുടെ സങ്കരമാണ് യൂക്ലിസിന്റെ ജ്യാമിതിയുടെ മുഖമുദ്ര എന്നു പറയാം. ഇവ ശരിയോ തെറ്റോ എന്ന് ജ്യാമിതീയമായി തെളിയിക്കാൻ കഴിയില്ല. കാരണം ഇവ ശരിയാണെന്ന സങ്കൽപ്പമാണല്ലോ ജ്യാമിതിയുടെ അടിസ്ഥാനം. ഒരു കളിയുടെ നിയമങ്ങൾ പോലെയാണ് ഇവ. ഈ നിയമങ്ങൾ മാറ്റിയാൽ കളിയും മാറും. (പന്ത് കാലുകൊണ്ടടിക്കണം കൈകൊണ്ട് തൊടാൻ പാടില്ല എന്നതാണല്ലോ ഫുട്ബോളിന്റെ നിയമം. നേരെ മറിച്ചായാൽ വോളിബോളിന്റെ നിയമമാവും). ജ്യാമിതിയിലെ ഏതൊരു സിദ്ധാന്തവും ശരിയാവാനുള്ള കാരണം തന്നെ ഇവയുടെ അപ്രമാദിത്വമാണ്.

ഇന്ന് അഭിഗൃഹീതങ്ങളെയും അടിസ്ഥാനപ്രമാണങ്ങളെയും വേർതിരിച്ചു കാണാറില്ല. കാരണം ജ്യാമിതിപോലെ ഒരു പ്രത്യേക വിഷയത്തിലേക്ക് പരിമിതപ്പെടുത്തുമ്പോൾ അഭിഗൃഹീതങ്ങൾക്കും അടിസ്ഥാന പ്രമാണങ്ങളുടെ സ്ഥാനം ലഭിക്കുന്നു. അതിനാൽ നമുക്ക് പത്ത് അടിസ്ഥാന പ്രമാണങ്ങൾ ഈ ജ്യാമിതിയെ നിർവചിക്കുന്നതായി കണക്കാക്കാം. ഇവയെല്ലാം ചില നിബന്ധനകൾ പാലിക്കണം.

ആദ്യമായി ഇവ പരസ്പര വിരുദ്ധങ്ങളാവരുത്. മറിച്ചാണെങ്കിൽ ഇവ ഉപയോഗിച്ച് നാം എത്തിച്ചേരുന്ന നിഗമനങ്ങൾ ഒരേസമയം ശരിയും തെറ്റുമാണെന്ന് കാണിക്കാൻ സാധിക്കും.

രണ്ടാമതായി ഇവയെല്ലാം യുക്തിപരമായി സ്വതന്ത്രങ്ങളായിരിക്കണം (ലോജിക്കലി ഇൻഡിപെൻഡെന്റ്). അഥവാ ഒന്ന് മറ്റൊന്നിന്റെ അടിസ്ഥാനത്തിൽ എത്തിച്ചേരാവുന്ന ഒരു നിഗമനമാവരുത്.

മൂന്നാമതായി ഈ പ്രമാണങ്ങളുടെ സങ്കരം പൂർണമായിരിക്കണം. അതായത് ജ്യാമിതിയെക്കുറിച്ചുള്ള ഏതൊരു പ്രസ്താവനും ശരിയോ തെറ്റോ എന്ന് ഇവയുടെ അടിസ്ഥാനത്തിൽ പറയാൻ കഴിയണം. (മറിച്ചാണെങ്കിൽ നമുക്ക് കൂടുതൽ പ്രമാണങ്ങൾ തേടിപ്പോകേണ്ടിവരും.)

ഇത്തരം പ്രസ്താവനകൾ കണ്ടെത്തുക ക്ഷിപ്രസാധ്യമല്ല. അതാണ് യൂക്ലിഡിന്റെ മഹത്തായ നേട്ടം.

ഈ രൂപഭദ്രമായ, യുക്ത്യാധിഷ്ഠതമായ സമീപനമാണ് ഗ്രീക്ക് ജ്യാമിതിയെ അതുവരെയുള്ള ഗണിതശാസ്ത്രത്തിൽ നിന്ന് വ്യത്യസ്തമാക്കിയത്. ഗണിതശാസ്ത്രപരമായ സത്യമെന്നാൽ എന്തെന്ന് അവർ നിർവചിച്ചു. ഇന്ദ്രിയാധിഷ്ഠിതമായി നമുക്ക് സത്യമായിരിക്കണമെന്ന നിഗമനങ്ങളല്ല പ്രമാണങ്ങളിൽനിന്നും നിർവചനങ്ങളിൽനിന്നും എത്തിച്ചേ

രുന്ന നിഗമനങ്ങളാണ് ജ്യാമിതീയമായ സത്യങ്ങൾ. തികച്ചും നിഗമന രീതിയിലുള്ള ഒരു ജ്യാമിതിയായിരുന്നു യൂക്ലിഡിന്റെ ലക്ഷ്യം.

യൂക്ലിഡിന്റെ പത്തു പ്രമാണങ്ങളിൽ ഒമ്പതെണ്ണവും വളരെ സംക്ഷിപ്തവും കാര്യമാത്ര പ്രസക്തവുമാണ്. എന്നാൽ അവസാനത്തെ പ്രമാണം വ്യത്യസ്തമാണ്. സമാന്തര പ്രമാണം (പാരലൽ പോസ്റ്റുലേറ്റ്) എന്ന പേരിൽ അറിയപ്പെടുന്ന ഇത് രണ്ട് രേഖകൾ സന്ധിക്കുന്നതിനെക്കുറിച്ചാണ് പറയുന്നത്. മറ്റു പ്രമാണങ്ങളുമായി താരതമ്യം ചെയ്യാനായി നാം ആറു മുതൽ പത്തു വരെയുള്ള പ്രമാണങ്ങൾ താഴെകൊടുക്കുന്നു:

6. ഒരു ബിന്ദുവിൽനിന്ന് മറ്റേതൊരു ബിന്ദുവിലേക്കും ഒരു നേർരേഖ വരയ്ക്കാം.
7. ഒരു നേർരേഖാ ഖണ്ഡത്തെ തുടർച്ചയായി ഒരു നേർരേഖയായി നീട്ടാം.

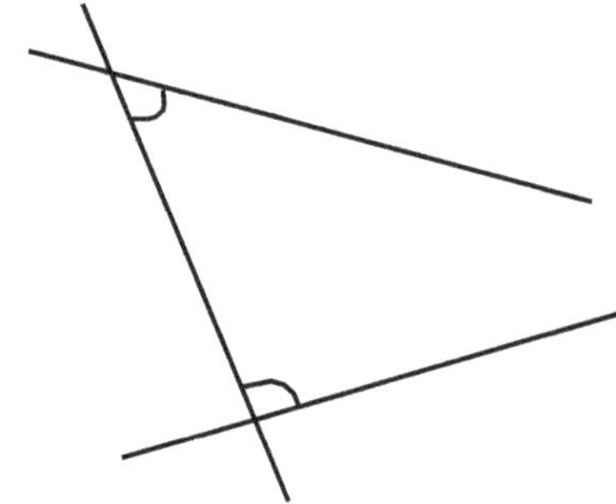

8. ഏതൊരു ബിന്ദു കേന്ദ്രമാക്കിയും ഏത് ആരത്തിലും (റേഡിയസ്) ഒരു വൃത്തം വരയ്ക്കാം.
9. എല്ലാ മട്ടകോണുകളും പരസ്പരം തുല്യമാണ്.
10. ഒരു ഛേദീയരേഖ (അതേ സമതലത്തിലുള്ള) മറ്റു രണ്ടു രേഖകളിൽ പതിക്കുന്നു എന്നിരിക്കട്ടെ. അതിന്റെ ഒരു വശത്തുള്ള ഉൾക്കോണുകളുടെ തുക രണ്ട് മട്ടക്കോണുകളുടെ തുകയേക്കാൾ കുറവാണെങ്കിൽ ആ രണ്ടു രേഖകളും ഈ ഉൾക്കോണുകളുള്ള വശത്ത് സന്ധിക്കുന്നതാണ്.

മറ്റുള്ളവയിൽ നിന്നും വ്യത്യസ്തമായി അവസാനത്തെ പ്രമാണം കുറച്ച് വക്രമായി യൂക്ലിഡിന്റെ അടുത്ത അനുയായികൾക്കുപോലും അനുഭവപ്പെട്ടിരുന്നു. അതുകൊണ്ട് ഇത് ഒരു സ്വതന്ത്ര പ്രമാണമാണോ എന്ന ശങ്കയും ആദ്യകാലം മുതൽ തന്നെ ഉണ്ടായിരുന്നു. അതായത് മറ്റ് പ്രമാണങ്ങൾ ഉപയോഗിച്ച് എത്തിച്ചേരാവുന്ന ഒരു നിഗമനമല്ലേ എന്ന്. അങ്ങനെ എങ്കിൽ ഇതൊരു പ്രമാണമല്ലാതാകുന്നു. നൂറ്റാണ്ടുകളോളം ഇതേക്കുറിച്ചുള്ള ഗവേഷണങ്ങൾ തുടർന്നു, ഗണിതശാസ്ത്രത്തിന്റെ കാലിൽ തറച്ച ഒരു മുള്ളായി. രണ്ടു സഹസ്രാബ്ദങ്ങൾക്കു ശേഷം യൂക്ലിഡ് തന്നെ വിജയിച്ചു. എന്നാൽ അദ്ദേഹത്തിന്റെ പ്രമാണ

ങ്ങൾ തികച്ചും പൂർണമല്ലെന്നും കണ്ടെത്തി - ഈ അപൂർണത അത്ര ഗുരുതരമല്ലായിരുന്നെങ്കിലും. മാത്രമല്ല മറ്റു ജ്യാമിതികൾ കൂടി വികസിപ്പിച്ചതിന്റെ ഫലമായി, കൂടുതൽ വിമർശനാത്മക പഠനത്തിന്റെ ഫലമായി മാത്രമേ, ഇതു കണ്ടെത്താനും കഴിഞ്ഞുള്ളു.

പത്തൊമ്പതാം നൂറ്റാണ്ടുവരെ പൂർണമായി പ്രമാണാധിഷ്ഠിതമായ ശാസ്ത്രശാഖ ജ്യാമിതി മാത്രമായിരുന്നു. ഒരു ഗണിതശാസ്ത്രശാഖയ്ക്ക് പ്രമാണങ്ങൾ, നിർവചനങ്ങൾ, സിദ്ധാന്തങ്ങൾ എന്നിവ ഉപയോഗിച്ച് നിഗമന രീതിയിലുള്ള തികച്ചും യുക്ത്യാധിഷ്ഠിതമായ ഒരു ഘടന (സ്ട്രക്ചർ) കൊടുക്കാൻ കഴിയുമ്പോഴേ അത് കൃത്യമായ പരിശോധനയ്ക്കു വിധേയമാക്കാനും കുറ്റമറ്റതാക്കാനും കഴിയൂ. ഈ തത്വം മനസിലാക്കിയതാണ് യൂക്ലിഡിനെ ഒരു സമ്പൂർണ ഗണിതശാസ്ത്രജ്ഞനാക്കിയത്.

പത്തൊമ്പതാം നൂറ്റാണ്ടിന്റെ അവസാനത്തോടെ മറ്റു പല ജ്യാമിതികളും നിലവിൽ വന്നിരുന്നു. അവയിൽ പലതും സ്ഥലകാലങ്ങളെക്കുറിച്ചുള്ള നമ്മുടെ ധാരണകളുമായി പൊരുത്തപ്പെടുന്നവയുമായിരുന്നില്ല. ബീജഗണിതവും ഈ സമയത്തോടെ പ്രമാണാധിഷ്ഠിതമായി വികസിച്ചിരുന്നു. ഈ സാഹചര്യത്തിലാണ് ഗണിതശാസ്ത്രത്തെ മൊത്തം പ്രമാണാധിഷ്ഠിത (ആക്സിയോമാറ്റിക്) മാക്കുക എന്ന ആശയം ഉയർന്നു വന്നത് - ഗണിതശാസ്ത്ര പ്രശ്നങ്ങൾക്ക് ഗണിതശാസ്ത്ര പരമായ ഉത്തരങ്ങൾ തന്നെ ഉണ്ടെന്ന വിശ്വാസത്തിന്റെ അടിസ്ഥാനത്തിലായിരുന്നു ഇത്.

ഈ വാദഗതിയുടെ മുന്നിൽ നിന്നിരുന്നത് ഡേവിഡ് ഹിൽബർട്ട് എന്ന ജർമൻ ശാസ്ത്രജ്ഞനായിരുന്നു. യൂക്ലിഡിന്റെ ജ്യാമിതിയെ പഠനവിധേയമാക്കിയ അദ്ദേഹം അതിൽ ചില ന്യൂനതകൾ കണ്ടെത്തി. ഇവയാകട്ടെ തങ്ങളുടെ കാലത്തെ അറിവിന്റെ അടിസ്ഥാനത്തിൽ യൂക്ലിഡിന്റെയും സുഹൃത്തുക്കളുടെയും ശ്രദ്ധയിൽപ്പെടുക അസാധ്യമായിരുന്നു; തന്റെ കാലത്തെ ഗണിതശാസ്ത്ര വിജ്ഞാനമാണ് ഹിൽബർട്ടിനെ ഇതിനു സഹായിച്ചത്. യൂക്ലിഡിന്റെ പത്ത് പ്രമാണങ്ങളെ ഹിൽബർട്ട് തന്റെ ഇരുപത് പ്രമാണങ്ങൾ കൊണ്ട് പകരംവച്ചു. ഇത് യൂക്ലിഡിന്റെ ജ്യാമിതിയെ യുക്തിസഹവും പൂർണവുമാക്കി. ഇവയിൽ യൂക്ലിഡിന്റെ സമാന്തര പ്രമാണത്തിന് പകരമുള്ള ഒന്നുമുണ്ട്. ചിലത് യൂക്ലിഡിന് തന്റെ പദ്ധതിക്ക് അന്യമാണെന്ന് തോന്നിപ്പിക്കാവുന്നവയുമുണ്ട്. ഉദാഹരണമായി 'ഒരു നേർരേഖയിൽ കിടക്കുന്ന മൂന്നു ബിന്ദുക്കളിൽ, മറ്റു രണ്ടു ബിന്ദുക്കൾക്കിടയിൽ കിടക്കുന്നതായി കാണുന്ന ഒരു ബിന്ദുവേ ഉണ്ടാവുകയുള്ളു.'

മറ്റൊന്ന് - A, B, C എന്നീ ബിന്ദുക്കൾ ഒരു നേർരേഖയിന്മേൽ കിടക്കുന്നെന്നും B എന്ന ബിന്ദു Aക്കും Cക്കും ഇടയിൽ കിടക്കുന്നെന്നും കരുതുക. എങ്കിൽ B, Cക്കും Aക്കും ഇടയിലും കിടക്കുന്നു.

ഏതായാലും രണ്ടായിരത്തിലേറെ വർഷങ്ങൾ കാത്തിരിക്കേണ്ടി വന്നു യൂക്ലിഡിനെ തിരുത്താൻ തയ്യാറായി വന്ന ഒരു ഗണിതശാസ്ത്രജ്ഞനെ കണ്ടെത്താൻ, അദ്ദേഹത്തിന്റെ ജ്യാമിതിയെ യുക്തിസഹമായി പൂർണമാക്കാനും.

6

അങ്കഗണിതവും ജ്യാമിതിയും

നാം ഇതുവരെ അങ്കഗണിതവും ജ്യാമിതിയും വെവ്വേറെ പരിഗണിച്ചു. അവ തമ്മിലുള്ള ബന്ധം നാം അവഗണിച്ചു. എന്നാൽ ഇത് പരമ പ്രധാനമാണ്.

അങ്കഗണിതവും ജ്യാമിതിയും ഒരേ കാര്യങ്ങൾതന്നെ രണ്ടു വ്യത്യസ്ത രീതിയിൽ, അഥവാ ഒന്നിന്റെതന്നെ രണ്ടു വിശേഷണങ്ങൾ, ആണല്ലോ പരിഗണിക്കുന്നത്. അതുകൊണ്ടുതന്നെ അവ പരസ്പരം പ്രായോഗിക തലത്തിൽ ഒന്നിപ്പിക്കേണ്ടിവരുന്നു എന്നു മാത്രമല്ല ഈ ഐക്യം രണ്ടു ശാഖകൾക്കും പൊതുവായുള്ള ആശയങ്ങളുടെയും പ്രയോഗങ്ങളുടെയും, തത്വങ്ങളുടെയും ഉറവയാണ്. അവയുടെ പാരസ്പര്യം പുറകോട്ട് (പൊതുവായ) ജന്മനാൾവരെ നീണ്ടുപോകുന്നു. ഉദാഹരണമായി ഒരു രേഖാഖണ്ഡത്തിന്റെ നീളം എന്നു പറഞ്ഞാൽ അതിന്റെ അങ്കഗണിതപരവും ജ്യാമിതീയവുമായ ഗുണങ്ങളുടെ സംയുക്തമാണ്. കാരണം നീളം അളക്കുന്നതിന് ഒരു സ്കെയിൽ ഉപയോഗിക്കുന്നു എന്നു കരുതുക. ആ സ്കെയിൽ രേഖയിൽ ഒന്നിനു പുറകെ ഒന്നായി നാം വെച്ചു നോക്കുന്നു. ഇവിടെ എണ്ണൽ അങ്കഗണിത ക്രിയയാണ്. അളക്കപ്പെടുന്നത് ഒരു ജ്യാമിതീയ ഗുണവിശേഷവും.

അപരിമേയ സംഖ്യകൾ

മുകളിൽ പറഞ്ഞ അളക്കൽ എന്ന ക്രിയ അത്ര നിസ്സാരമല്ലെന്ന് നാം കണ്ടുകഴിഞ്ഞു - കാരണം ഗണിതശാസ്ത്രത്തിന്റെ രണ്ടു ശാഖകളാണല്ലോ ഇവിടെ യോജിപ്പിക്കുന്നത്. എന്നാൽ ഇത് നൂറ്റാണ്ടുകൾ നീണ്ടുനിൽക്കുന്ന പ്രശ്നങ്ങളിലേക്ക് നയിക്കുമെന്ന് ആരും കരുതിയിരിക്കയില്ല. അളക്കുമ്പോൾ നാം എണ്ണൽസംഖ്യകൾ മാത്രമല്ല ഉപയോഗിക്കുന്നത് എന്നതാണ് പ്രശ്നം.

നാം രണ്ടേകാൽ മീറ്റർ നീളമുള്ള ഒരു തുണി സെന്റീമീറ്ററും കൂടി അടയാളപ്പെടുത്തിയിട്ടുള്ള ഒരു മീറ്റർ സ്കെയിൽ കൊണ്ട് അളക്കുന്നു എന്നു കരുതുക. നമുക്ക് സ്കെയിൽ മുഴുവൻ വെച്ച് ഒന്ന്, രണ്ട് എന്നു വരെയെ കൃത്യമായി അളക്കാൻ സാധിക്കയുള്ളു. കൂടുതലുള്ള 25 സെ മീ അളക്കുന്നതിന് നാം സ്കെയിലിലെ അടയാളങ്ങളെ ഉപയോഗിക്കുന്നു. അതായത് 25 സെ മീ എന്നത് മീറ്ററിൽ ഒരു എണ്ണൽ സംഖ്യയല്ല. നമുക്ക് 25/100 അഥവാ 1/4 എന്ന ഭിന്നസംഖ്യ കിട്ടുന്നു.

ചരിത്രം പരിശോധിച്ചാൽ ഭിന്നസംഖ്യകൾ എന്ന ആശയം ഉയർന്നു വന്നത് ഇത്തരത്തിലാണെന്നു കാണാം. അതായത് അഖണ്ഡരാശികളെ മുറിച്ചും ഖണ്ഡങ്ങളെ താരതമ്യം ചെയ്തുമാണ്. കാരണം ആദ്യമായി അളവിനു വിധേയമായവ, കൃഷിഭൂമികളുടെ ചുറ്റളവുകൾ, വിസ്തീർണങ്ങൾ, പാൽ, എണ്ണ, ധാന്യങ്ങൾ എന്നിവയുടെ വ്യാപ്തം എന്നിവയായിരുന്നു. (ഇവയിൽ പാൽ, എണ്ണ, ധാന്യങ്ങൾ എന്നിവയ്ക്ക് തൂക്കം അളവാക്കിയത് അടുത്ത കാലത്താണല്ലോ?) അതിനാൽ ഭിന്ന സംഖ്യകളിൽ തന്നെ നമുക്ക് അങ്കഗണിതത്തിന്റേയും, ജ്യാമിതിയുടേയും അംശങ്ങൾ കാണാം.

ഓർത്തിരിക്കേണ്ട ഒരു കാര്യം എണ്ണൽസംഖ്യകളെ വിഭജിച്ച് നമുക്ക് ഭിന്നസംഖ്യകൾ ലഭിക്കയില്ലെന്നതാണ്. കാരണം എണ്ണപ്പെടുന്ന വസ്തുക്കൾ വെട്ടിമുറിക്കാൻ സാധിക്കുന്നവയല്ല. മൂന്ന് ആളുകൾ, അഞ്ച് അമ്പുകൾ, പത്തു പക്ഷികൾ എന്നെല്ലാമേ പറയാൻ സാധിക്കൂ. അംഗവൈകല്യമുള്ളതുകൊണ്ട് ഒരു മനുഷ്യൻ 'ഒരാൾ'തന്നെ അല്ലാതാവുന്നില്ല. ഒടിഞ്ഞുപോയാൽ അമ്പ് അമ്പല്ലാതാവുകയും ചെയ്യും. (ഒടിഞ്ഞ ഒരു അമ്പിന്റെ കഷണങ്ങൾ ഉപയോഗിച്ച് ഒരു കിളിയെ എയ്തു വീഴ്ത്താനും കഴിയില്ല).

ഇങ്ങനെ എണ്ണൽസംഖ്യകൾ കൂടാതെ മറ്റൊരു കൂട്ടം സംഖ്യകൾ കൂടി ലഭിക്കുന്നു.

അസമ്മേയ മൂല്യങ്ങൾ

അങ്കഗണിതത്തെയും ബീജഗണിതത്തെയും സംയോജിപ്പിച്ച് അളവ് എന്ന ക്രിയയിലൂടെ ഭിന്നസംഖ്യകൾ ലഭിച്ചത് ആദ്യഫലം മാത്രമായിരുന്നു. അടുത്തത് അളന്നു തിട്ടപ്പെടുത്താൻ കഴിയാത്ത അന്തരാളങ്ങൾ (ഇന്റർവെൽസ്) ആയിരുന്നു.

എപ്പോഴാണ് ഒരു അന്തരാളം അസമ്മേയം (ഇൻകമ്മെൻസുറബിൾ മാഗ്നിറ്റ്യൂഡ്സ്) ആകുന്നത്? അതിനേക്കാൾ നീളം കുറഞ്ഞ ഒരു അന്തരാളം ഏകകമായെടുത്ത് അതിനെ നമുക്ക് അളക്കാൻ സാധിക്കയില്ല, അഥവാ ഇവയുടെ രണ്ടിന്റെയും നീളങ്ങൾ തമ്മിലുള്ള അനുപാതം ഒരു ഭിന്ന സംഖ്യയായി (രണ്ടു പൂർണസംഖ്യകളുടെ അനുപാതമായി) പറയാൻ സാധ്യമല്ല, എന്നു വരുമ്പോൾ.

ആദ്യകാലത്ത് ഇത് ഒരു വലിയ പ്രശ്നമായി കണക്കാക്കിയിരുന്നില്ല. കാരണം അളവിലും അത്രത്തോളം കണിശത ആവശ്യമായി കരുതിയിരുന്നില്ല.

ഡിമോക്രിറ്റസ്സിനെപ്പോലെയുള്ളവർ ജ്യാമിതീയ രൂപങ്ങൾ ചില പ്രത്യേകതരം അണുക്കളെ (ആറ്റം) കൊണ്ട് ഉണ്ടാക്കിയതായി കരുതിയിരുന്നു. ഇന്ന് ആശ്ചര്യകരമായി തോന്നാമെങ്കിലും ഇത് വിസ്തീർണം വ്യാപ്തം എന്നിവ കാണുന്നതിന് ഏറെ പ്രയോജനപ്പെട്ടു. ഒരു പ്രതലം ഇത്തരം അണുക്കളുടെ വരികളെ ഒന്നിനൊന്നു ചേർത്തുവെച്ച് ഉണ്ടാക്കിയതാണെന്നും ഒരു വ്യാപ്തം പ്രതലങ്ങളെ ഒന്നിനൊന്നു ചേർത്തുവെച്ച് ഉണ്ടാക്കിയതാണെന്നും അദ്ദേഹം കണക്കാക്കി. ഇതുപയോഗിച്ച് അദ്ദേഹം കോണിന്റെ വ്യാപ്തം തുടങ്ങിയവ കണ്ടുപിടിക്കയുമുണ്ടായി. ഇതിന് ഇന്ന് നാം ഉപയോഗിക്കുന്ന സമാകലന (ഇന്റഗ്രേഷൻ) രീതിയുമായി സാദൃശ്യമുണ്ട്. വസ്തുക്കളെല്ലാം അണുക്കളെക്കൊണ്ട് നിർമിതമാണെന്നതുകൊണ്ടും നാം വസ്തുക്കളുടെ ജ്യാമിതീയ രൂപങ്ങളെയാണ് പരിഗണിക്കുന്നത് എന്നതുകൊണ്ടും, ഈ രൂപങ്ങളും അണുക്കളെക്കൊണ്ട് നിർമിതമാണെന്നത് സ്വാഭാവികമായ ഒരു സങ്കൽപ്പം തന്നെയായിരുന്നു.

എന്നാൽ ഈ അണുസിദ്ധാന്തം പൈതഗോറസ് സിദ്ധാന്തവുമായി പൊരുത്തപ്പെടുന്നില്ല. നാം നേരത്തെ കണ്ടതുപോലെ $\sqrt{2}$ ഒരു അപരിമേയ സംഖ്യയായതുകൊണ്ട് വശങ്ങൾ ഒന്ന് (ഏതെങ്കിലും ഏകകപ്രകാരം) ആയ ഒരു സമചതുരത്തിന്റെ കർണത്തിന്റെ നീളം ($\sqrt{2}$) അളക്കാൻ സാധ്യമല്ല. അതുകൊണ്ടുതന്നെ ഇത് എത്ര അണുക്കളെക്കൊണ്ട് ഉണ്ടാക്കിയതാണെന്നും പറയാൻ വയ്യ.

ഇന്ന് നാം ഇത് പരമാവധി ഒരു അത്ഭുതമായി കാണാമെങ്കിലും (അളക്കുവാൻ കഴിയാത്ത നീളമോ?) പൈതഗോറസിന്റെ കാലത്തെ ഗ്രീക്ക് ഗണിതശാസ്ത്രജ്ഞന്മാരുടെ സ്ഥിതി ഇതായിരുന്നില്ല. സംഖ്യകളെ ദൈവങ്ങളായി കണക്കാക്കിയിരുന്ന, അതിന്റെ അടിസ്ഥാനത്തിൽ ഒരു മതവും ദർശനവും പടുത്തുയർത്തിയിരുന്ന, പൈതഗോറിയന്മാർ അക്ഷരാർഥത്തിൽ ഞെട്ടിപ്പോയി. (ഈ അപരിമേയ സംഖ്യകൾ അവർക്ക് അസുരന്മാരായിരുന്നു).

ദാർശനികമായി എന്തുണ്ടായി? തിട്ടപ്പെടുത്താൻ കഴിയാത്ത ഒരു അനുപാതത്തെ ഒരു സംഖ്യയായി കണക്കാക്കാൻ അവർക്കു കഴിഞ്ഞില്ല. (അപരിമേയങ്ങളെ സംഖ്യകളായി കണക്കാക്കാൻ തയ്യാറില്ലായിരുന്ന ഇരുപതാം നൂറ്റാണ്ടിന്റെ ആദ്യവർഷം വരെ ജീവിച്ചിരുന്ന ക്രോണക്കറെ നാം പിന്നീട് കാണാൻ പോകുന്നു). അളക്കാൻ കഴിയാത്ത അന്തരാളങ്ങളുടെ കണ്ടെത്തലിനെ അതിന്റെ തുടർച്ചയെ (കണ്ടിന്വിററ്) ചോദ്യം ചെയ്യാനാണ് ഒരുകൂട്ടം ഗ്രീക്ക് ദാർശനികർ ഉപയോഗിച്ചത്. തുടർച്ച ഉണ്ടെന്നും ഇല്ലെന്നും പറയാം - ഇതാണ് സുപ്രസിദ്ധമായ സെനോയുടെ വിരോധാഭാസങ്ങളിലൊന്ന്. സെനോ, അദ്ദേഹത്തിന്റെ ഗുരു

വായിരുന്ന പൾമറീസ്, പ്ലേറ്റോ, അരിസ്റ്റോട്ടിൽ എന്നിവരുടെ ആശയവാദ ദർശനമായിരുന്നു ഫലം.

എന്നാൽ ഗ്രീക്കു ഗണിതശാസ്ത്രജ്ഞർ ചെയ്തത് മറ്റൊന്നാണ്. അളക്കാൻ കഴിയാത്ത (നീളങ്ങളുടെ) അനുപാതങ്ങളും ഉണ്ടെന്ന് അവർ അംഗീകരിച്ചു. അളക്കപ്പെടുന്നതും അളക്കുന്നതുമായ രണ്ട് നീളങ്ങളുണ്ടല്ലോ? ഇവയിൽ രണ്ടാമത്തേതിനെ അളവിന്റെ ഏകകമായി കണക്കാക്കിയാൽ ലഭിക്കുന്നത് അളക്കപ്പെടുന്ന അന്തരാളത്തിന്റെ നീളമാണല്ലോ. അതായത് അളക്കാൻ കഴിയാത്ത നീളങ്ങളും ഉണ്ടെന്നും അവർ അംഗീകരിച്ചു. ഒരേ അനുപാതം' (സെയിം റേഷ്യോ) എന്ന ആശയത്തിലൂന്നി യൂഡോക്സസ് ഈ പ്രതിബന്ധത്തെ തരണം ചെയ്തത് ഗണിതശാസ്ത്രത്തിന്റെ പുരോഗതിയിലെ ഒരു വഴിത്തിരിവായിരുന്നു.

ഈ അനുപാതങ്ങളേയും അല്ലെങ്കിൽ $\sqrt{2}$ തുടങ്ങിയ അപരിമേയങ്ങളേയും അവർ അങ്കഗണിതത്തിലെ സംഖ്യകളായി കണക്കാക്കി. സംഖ്യ എന്ന സങ്കൽപ്പത്തിന്റെ സാമാന്യവൽക്കരണത്തിലേക്ക് അപ്പോഴും എത്തിയിരുന്നില്ല. ഇതിനു കാരണമുണ്ട്. അളവുകൾ ഗ്രീക്കുകാർക്ക് അങ്കഗണിതത്തിന്റെ ഭാഗമായിരുന്നില്ല. അവർ ഗണിതശാസ്ത്രം മുഴുവൻ ജ്യാമിതിയുടെ ചട്ടക്കൂടിലൊതുക്കാൻ ശ്രമിച്ചു. (ഗ്രീക്കു ദർശനത്തിന്റെ അടിത്തറ ജ്യാമിതിയാണെന്ന് മുമ്പു പ്രസ്താവിച്ചിട്ടുണ്ടല്ലോ?) ഇന്ന് ബീജഗണിത പ്രശ്നമായി കണക്കാക്കുന്ന ദ്വിമാന സമീകരണത്തിന്റെ (ക്വാഡ്രാറ്റിക് ഇക്വേഷൻ) നിർധാരണം തുടങ്ങിയവപോലും അവർ ജ്യാമിതീയമായാണ് പരിഗണിച്ചത്. അവരുടെ ചെറിയൊരു ശ്രദ്ധപോലും ബാബിലോണിയന്മാരുടെ അങ്കഗണിതത്തിലേക്കും ബീജഗണിതത്തിലേക്കും തിരിഞ്ഞിരുന്നെങ്കിൽ യൂക്ലിഡിനെ അതിശയിപ്പിക്കുന്ന കൃതികൾ ഗ്രീസിന്റെ മണ്ണിൽതന്നെ പിറന്നു വീണേനെ. മാത്രമല്ല ഡെക്കാർത്തെയുടെയും ന്യൂട്ടന്റെയും സ്ഥാനം യഥാക്രമം അപ്പോളോണിയസിനും ആർക്കിമെഡീസിനും ലഭിക്കുമായിരുന്നു. അങ്ങനെ ശാസ്ത്രം ഒരു കുതിപ്പിൽ രണ്ടായിരം വർഷങ്ങളോളം താണ്ടിയേനെ! ജ്യാമിതിയുടെ ഈ അധീശത്വം സ്ക്വയർ, ക്യൂബ് തുടങ്ങിയ അങ്കഗണിത സംജ്ഞകളിൽ ഇന്നും കാണാം.

ഇങ്ങനെ ജ്യാമിതീയമായിട്ടാണെങ്കിലും പരിമേയങ്ങളേയും ചേർത്ത് അവർ സംഖ്യാവ്യവസ്ഥ (നമ്പർ സിസ്റ്റം) വിപുലപ്പെടുത്തി. എന്നാൽ സംഖ്യ എന്ന ആശയം വ്യക്തമായി തെളിയാൻ പിന്നെയും നൂറ്റാണ്ടുകൾ കാത്തിരിക്കേണ്ടിവന്നു.

വാസ്തവിക സംഖ്യകൾ

മുകളിൽ കണ്ടപോലെ സംഖ്യയെ നിർവചിച്ചിരുന്നത് രണ്ടു രാശികൾ തമ്മിലുള്ള രണ്ടാമത്തേതിനെ ഒരു ഏകകമായി കണക്കാക്കിയുള്ള അനുപാതമായാണ്. ആരംഭത്തിൽ ഇതു രണ്ട് അന്തരാളങ്ങളുടെ അനുപാതമായിരുന്നെങ്കിലും പകരം വിസ്തീർണത്തിന്റെയോ വ്യാപ്തത്തിന്റെയോ ആകാം എന്നു പിന്നീട് കണ്ടു.

എണ്ണൽസംഖ്യകളിൽ കണ്ടപോലെ വാസ്തവികസംഖ്യകളുടെ കാര്യത്തിലും ഗണിതശാസ്ത്രപരമായി അവയുടെ സത്ത ഉൾക്കൊള്ളുന്നത് അവയുടെ പരസ്പര ബന്ധത്തിലാണ്. സങ്കലനം തുടങ്ങി ക്രിയകളെ കൂടാതെ, വലുത്, ചെറുത് തുടങ്ങിയ പരസ്പര ബന്ധങ്ങളും നിർവചിക്കേണ്ടതുണ്ട്. അമൂർത്ത സംഖ്യകൾ തമ്മിലുള്ള ക്രിയകൾ പൗരസ്ത്യ രാജ്യങ്ങളിൽ മധ്യകാലദശകങ്ങളിൽ തന്നെ ആരംഭിച്ചിരുന്നു. പിന്നീട് സാവധാനമാണ് വാസ്തവിക സംഖ്യകളുടെ ഏറ്റവും പ്രധാനപ്പെട്ട സവിശേഷതയായ സാന്തത്യം (കണ്ടിനിവിറ്റി) എന്ന ആശയം രൂപപ്പെട്ടുവന്നത്. അതായത് വാസ്തവിക സംഖ്യാവ്യൂഹം തുടർച്ചയായി മാറാൻ കഴിയുന്ന ഒരു രാശിയുടെ സാധ്യമായ എല്ലാ വിലകളുടേയും അമൂർത്ത പ്രതിബിംബമാണ്.

എണ്ണൽസംഖ്യകളുടേതിലെപ്പോലെ ഈ സംഖ്യകളുടെ അങ്കഗണിതവും അവയുടെ പരസ്പരബന്ധങ്ങളെക്കുറിച്ച് ഏറ്റവും വിപുലമായ രീതിയിൽ, മൂർത്തമായ എല്ലാ സവിശേഷതകളിൽനിന്നും അടർത്തി മാറ്റി, പഠിക്കുന്നു. നീളം, തൂക്കം, വൈദ്യുതിപ്രവാഹം തുടങ്ങി അവിരതമായ എന്തിന്റെയും പൊതുവായ സ്വഭാവങ്ങളെക്കുറിച്ച് പഠിക്കാൻ സഹായകമാണ് എന്നതുകൊണ്ടാണ് വാസ്തവിക സംഖ്യകൾക്ക് ഇത്ര പ്രയോഗ സാധ്യതയുള്ളത്.

എന്നാൽ ഒരു ഗണിതശാസ്ത്ര സങ്കേതം എന്ന നിലയ്ക്ക് ഉപയോഗിക്കാൻ നമുക്ക് വാസ്തവിക സംഖ്യക്ക് ഒരു ഗണിതശാസ്ത്രപരമായ നിർവചനം കൊടുക്കേണ്ടത് ആവശ്യമാണ്. ഇതു പലവിധത്തിൽ ചെയ്യാമെങ്കിലും അളക്കൽ എന്ന പ്രക്രിയയിൽ നിന്ന് ആരംഭിച്ചതിനാൽ ചുവടെ കൊടുക്കുന്നത് സ്വീകരിക്കാം.

'രണ്ടു രാശികളുടെ അനുപാതത്തെ നമുക്ക് പരിമിതമോ അപരിമിതമോ ആയ ഒരു ദശാംശ ഭിന്നസംഖ്യ (ഡെസിമൽ ഫ്രാക്ഷൻ) കൊണ്ട് പ്രതിനിധാനം ചെയ്യാം. അനുപാതത്തെ അമൂർത്തമായി പ്രതിനിധാനം ചെയ്യുന്ന ഇതിനെ നാം ഒരു വാസ്തവിക സംഖ്യ എന്നുപറയുന്നു.'

ഈ സംഖ്യാ വ്യവസ്ഥയുടെ നിർവചനം പൂർണമാകണമെങ്കിൽ ഇവ തമ്മിലുള്ള ക്രിയകളേയും നമുക്ക് വിശദീകരിക്കേണ്ടതുണ്ട്. എന്നാൽ ഈ ദശാംശ ഭിന്ന സംഖ്യകൾ തമ്മിലുള്ള ക്രിയ അവ പ്രതിനിധാനം ചെയ്യുന്ന രാശികളുടെ ക്രിയകളുടെ പ്രതിബിംബമാണ്. അങ്ങനെ രാശികൾ രണ്ട് അന്തരാളങ്ങളെ പ്രതിനിധാനം ചെയ്യുമ്പോൾ അവ തമ്മിൽ കൂട്ടുക എന്നുവെച്ചാൽ ഈ രണ്ട് അന്തരാളങ്ങളും കൂട്ടിവയ്ക്കുന്നതിനു സമമാണ്.

7

ആധുനിക ഗണിതശാസ്ത്രം

ആധുനിക ഗണിതശാസ്ത്രത്തിന്റെ വിത്തു പാകിയ മഹാരഥന്മാർക്ക് ചരിത്രത്തിലുള്ള സ്ഥാനം അതുല്യമാണ്. അവർ ആയിരങ്ങളിൽ വെറുമൊരുപിടി പ്രഗത്ഭർ മാത്രമായിരുന്നില്ല. അവർക്കു മുമ്പുള്ളവരിൽ നിന്നും പിന്നീട് വന്നവരിൽ നിന്നും അവർ വേറിട്ട് ഉയർന്നു നിൽക്കുന്നു. ഇവരെപോലെ ഗണിതശാസ്ത്രത്തിൽ ശാശ്വത പ്രതിഷ്ഠ നേടാൻ പിന്നീട് അധികമാർക്കും സാധിച്ചിട്ടുമില്ല. (ഉദാഹരണമായി ജ്യാമിതിയിലെ ഗവേഷണം ഡെക്കാർത്തെ ചിറകുകൾ നൽകിയതിന്റെ ഫലമായി കോണിക്കുകൾ തുടങ്ങി ഏതാനും വക്രരേഖകളുടെ സമതലത്തിൽ തത്തിക്കളിക്കുന്നതിനു പകരം വിശാലമായ ആകാശത്തിന്റെ നിഗൂഢതകൾ തേടി പറന്നുയർന്നു.) അവരുടെ കാലഘട്ടത്തിന്റെ പ്രത്യേകത കൊണ്ടോ മറ്റോ അവർ ഓരോരുത്തരും ഒരു പ്രത്യേക ജനുസിൽപ്പെടുന്ന അത്ഭുതപ്രതിഭാസങ്ങളായിരുന്നു.

പ്രമുഖ മുന്നേറ്റങ്ങൾ

പ്രധാനമായും അഞ്ച് ഗവേഷണധാരകളാണ് ഈ ഉറവയിൽനിന്നും ഒഴുകിത്തുടങ്ങിയത്.

- എ. ഫെർമ, ഡെക്കാർത്തെ എന്നിവരുടെ വിശ്ലേഷക ജ്യാമിതി (അനലിറ്റിക്കൽ ജ്യോമട്രി)
- ബി. ന്യൂട്ടൺ, ലിബ്നിസ് എന്നിവരുടെ കലനം (കാൽക്കുലസ്)
- സി. സഞ്ചയവിന്യാസം (കോമ്പിനേറ്റോറിയൽ അനാലിസിസ്) - സംഭാവ്യത സിദ്ധാന്തം.
- ഡി. സംഖ്യാസിദ്ധാന്തം.
- ഇ. ഗലീലിയോ ന്യൂട്ടൺ എന്നിവരുടെ ബലതന്ത്രം.

ആദ്യകാലത്ത് മതസ്ഥാപനങ്ങളിൽ നിന്നുള്ള ആക്രമണങ്ങൾക്ക് ഗണിതശാസ്ത്രവും ഇരയായിരുന്നു എന്നത് മുമ്പുപറഞ്ഞ പട്ടികയിൽ ഗലീലിയോയുടെ പേരുള്ളതിൽ നിന്ന് വ്യക്തമാണല്ലോ? എന്നാൽ പള്ളികൾ പരാജയപ്പെട്ട ഒരു യുദ്ധത്തിലാണ് ഏർപ്പെട്ടിരുന്നത് എന്ന് അധികം താമസിയാതെതന്നെ വ്യക്തമായി. ഗലീലിയോവിന്റെ വിചാരണ കഴിഞ്ഞ് നാലു വർഷങ്ങൾക്കുള്ളിൽ ഡെക്കാർത്തെ (പള്ളിയിൽനിന്ന് രക്ഷപ്പെടാൻ ഫ്രാൻസ് വിട്ടതാണെങ്കിലും) ഹോളണ്ടിൽ നിന്നും തന്റെ പ്രമുഖ ഗ്രന്ഥം പ്രസിദ്ധീകരിച്ചു. മതങ്ങളുടെ അസഹിഷ്ണുതകളെ ചെറുക്കാൻ ശാസ്ത്രസമിതികളുടെ (സയന്റിഫിക് സൊസൈറ്റികൾ) സംസ്ഥാപനങ്ങളും സഹായിച്ചിട്ടുണ്ട്. ഇവയിൽ പ്രധാനങ്ങളാണ് 'റോയൽ സൊസൈറ്റി ഓഫ് ലണ്ടൻ', 'ഫ്രഞ്ച് അക്കാദമി ഓഫ് സയൻസസ്', 'ബെർലിൻ അക്കാദമി' എന്നിവ. ന്യൂട്ടൻ, ഡെക്കാർത്തെ, ലീബ്നിസ് എന്നിവർ യഥാക്രമം ഇവയുമായി ബന്ധപ്പെട്ട പ്രമുഖ ഗണിതശാസ്ത്രജ്ഞരായിരുന്നു. ഇവ ഓരോന്നും ശാസ്ത്രഗവേഷണത്തിന് പുതിയ മാനങ്ങൾ നൽകി. വിശ്വവിദ്യാലയങ്ങളിൽ നിന്നും, പരീക്ഷണശാലകളിൽ നിന്നും വ്യത്യസ്തമായി അവരുടെ ഗവേഷണ ഫലങ്ങൾ തങ്ങളുടെ പ്രസിദ്ധീകരണങ്ങൾ വഴി പ്രകാശിപ്പിക്കുന്നതിൽ ഈ സ്ഥാപനങ്ങൾ പ്രമുഖ പങ്ക് വഹിച്ചു. അതുകൊണ്ടുതന്നെ ഗവേഷണങ്ങൾക്ക് അവ നൽകിയിട്ടുള്ള പ്രോത്സാഹനം നിസ്തുലമാണ്.

ഗണിതശാസ്ത്രത്തിലെ ഈ വിസ്ഫോടനത്തിന്റെ മറ്റൊരു പ്രത്യേകത നേരത്തെ സൂചിപ്പിച്ച വിവിക്തം, അവിരതം (ഡിസ്ക്രിറ്റ്, കണ്ടിന്വസ്) എന്നീ നിലപാടുകളിൽ നിന്നുള്ള പഠനങ്ങൾ ഒരേസമയം ഗതിവേഗം നേടി എന്നതാണ്. (സൗകര്യാർഥം ഡിസ്ക്രിറ്റ് ഗണിതം, കണ്ടിന്വസ് ഗണിതം എന്നു വിളിക്കാം). കണ്ടിന്വസ് ഗണിതത്തിന്റെ മുന്നേറ്റം അതുവരെയുള്ള ചരിത്രത്തിൽ നിന്ന് പ്രതീക്ഷിക്കാവുന്നതായിരുന്നു. എന്നാൽ ഡിസ്ക്രീറ്റ് ഗണിതത്തിന്റേത് തികച്ചും ആകസ്മികമായാണ് കാണപ്പെടുന്നത്. കാരണം ഇതുമായി ബന്ധപ്പെട്ട സംഭാവ്യതാ സിദ്ധാന്തത്തിന് അതിനു മുമ്പുള്ള ഡിസ്ക്രീറ്റ് ഗണിതവുമായി കാര്യമായ ബന്ധമൊന്നും കാണാൻ സാധ്യമല്ല.

വിശ്ലേഷക ജ്യാമിതി

നിർദേശാങ്ക ജ്യാമിതി എന്നുകൂടി പേരുള്ള ഈ ശാസ്ത്രശാഖയുമായി ഫെർമയുടെ പേരുകൂടി ബന്ധപ്പെടുത്താറുണ്ടെങ്കിലും ഫ്രഞ്ചു ഗണിതശാസ്ത്രജ്ഞനായ റെനി ഡെക്കാർത്തെയെയാണ് ഇതിന്റെ ഉപജ്ഞാതാവായി കണക്കാക്കുന്നത്. ഇദ്ദേഹം ഒരു ഗണിതശാസ്ത്രജ്ഞനെന്നതിനേക്കാൾ ദാർശനികനായാണ് അറിയപ്പെടുന്നത്. "ഞാൻ ചിന്തിക്കുന്നു അതുകൊണ്ട് ഞാനുണ്ട്" എന്ന് പ്രഖ്യാപിച്ച അദ്ദേഹത്തിന്റെ ദർശനത്തെക്കുറിച്ചു വിവാദങ്ങളുണ്ടെങ്കിലും ഗണിതത്തെക്കുറിച്ച് തർക്കങ്ങളില്ല. 1619 നവംബർ 10 നു കണ്ട ഒരു സ്വപ്നത്തിൽ അദ്ദേഹത്തിന്

തന്റെ ദർശനങ്ങളെക്കുറിച്ചും ജ്യാമിതിയെക്കുറിച്ചും ഒരു 'ബോധോദയ'മുണ്ടായെന്നാണ് അവകാശപ്പെടുന്നത്. അടുത്ത ദിവസമാണ് തന്റെ ചിന്താമാർഗത്തിലെ ചില തടസങ്ങളെ മറികടക്കാൻ അദ്ദേഹത്തിനു കഴിഞ്ഞത് എന്ന് അർഥമാക്കിയാൽ മതി. ദർശനവും ജ്യാമിതിയുമായും, സംഖ്യകളും ദൈവങ്ങളുമായും പാശ്ചാത്യദർശനത്തിനുള്ള ബന്ധങ്ങളെക്കുറിച്ചും നേരത്തെ പറഞ്ഞിട്ടുണ്ടല്ലോ?

ഒരുപക്ഷെ പള്ളിയുടെ നിയന്ത്രണങ്ങളിൽ നിന്ന് രക്ഷപ്പെടാനായിരിക്കാം അദ്ദേഹം ഹോളണ്ടിലേക്കു താമസം മാറ്റി. അവിടത്തെ താമസക്കാലം അദ്ദേഹത്തിന്റെ ധിഷണയുടെ വസന്തമായിരുന്നു. സ്വയം അന്തർമുഖനായിരുന്നെങ്കിലും ബൗദ്ധിക സദസുകളിൽ അദ്ദേഹത്തിന്റെ ദർശനങ്ങൾ ചർച്ചാവിഷയങ്ങളായി. ഫ്രഞ്ചു പാതിരിയായിരുന്ന മെഴ്സെനെ (1588-1648) എന്ന ഒരു സുഹൃത്തിന്റെ ശ്രമഫലമായി അദ്ദേഹത്തിന്റെ കീർത്തി യൂറോപ്പിലെങ്ങും വ്യാപിച്ചു. അവസാനകാലം സ്വീഡനിലെ രാജകുമാരിയായിരുന്ന ക്രിസ്റ്റീനയെ പഠിപ്പിക്കാനുള്ള ചുമതലയേറ്റെടുത്ത അദ്ദേഹം അവരുടെ പിടിവാശികൾ കാരണം കഠിനാധ്വാനവും കൊടും തണുപ്പും മൂലമാണ് മരിച്ചത്.

റെനി ഡെക്കാർത്തെ

1637-ൽ പ്രസിദ്ധീകരിച്ച *സംവാദങ്ങൾ* (ഡിസ്കോഴ്സസ് ഓൺ മെത്തേഡ്സ്...) എന്ന ഗ്രന്ഥത്തിന്റെ അവസാനത്തിലുള്ള മൂന്നാമത്തേയും അവസാനത്തേതുമായ അനുബന്ധത്തിലാണ് ഡെക്കാർത്തെ ജ്യാമിതി വിശകലനം ചെയ്യുന്നത്. ഈ അനുബന്ധത്തിലും മൂന്നു ഭാഗങ്ങളുണ്ട്. അവയിൽ പ്രധാനമായത് രണ്ടാമത്തേതാണ്.

യൂക്ലിഡിന്റെ ജ്യാമിതിയിലെ ഉദ്ഗ്രഥന (സിന്തറ്റിക്) രീതിക്കുപകരം വിശ്ലേഷണ (അനലിറ്റിക്) രീതി ഉപയോഗിച്ച ഡെക്കാത്തെ ജ്യാമിതിയെ ബീജഗണിതവുമായി ബന്ധിപ്പിച്ചു. ചില ഉദാഹരണങ്ങൾ നമുക്കു കാണാം.

ഒരു സമതലത്തിൽ കിടക്കുന്ന ഒരു വക്രരേഖയെ അതിന്റെ എല്ലാ ബിന്ദുക്കൾക്കുമുള്ള സവിശേഷതകൾ ഉപയോഗിച്ച് നിർവചിക്കാം. അങ്ങനെ ഒരു വൃത്തമെടുത്താൽ അതിലുള്ള എല്ലാ ബിന്ദുക്കളും കേന്ദ്രത്തിൽ നിന്നും തുല്യദൂരത്തിലാണ്. ഇനി, ഒരു സമതലത്തിലെ എല്ലാ ബിന്ദുക്കളെയും ഒരു മൂലബിന്ദുവും (ഒറിജിൻ) അതിലൂടെയുള്ള രണ്ടു

DISCOURS
DE LA METHODE
Pour bien conduire sa raison, & chercher
la verité dans les sciences.
Plus
LA DIOPTRIQVE.
LES METEORES.
ET
LA GEOMETRIE.
Qui sont des essais de cete METHODE.

A LEYDE
De l'Imprimerie de IAN MAIRE.
CIƆ IƆ C XXXVII.
Avec Privilege.

ഡെകാർത്തെയുടെ ഡിസ്കോഴ്സസ് ഓൺ മെത്തേഡ് എന്ന പുസ്തകത്തിന്റെ പുറം ചട്ട

ലംബകോണികാക്ഷങ്ങളും (ഓർത്തോഗണൽ ആക്സിസ്) ഉപയോഗിച്ച് നിർവചിക്കാം.

ഇവയിൽ തിരശ്ചീനമായതിനെ X അക്ഷമെന്നും ലംബമായതിനെ Y അക്ഷമെന്നും പറയുന്നു.

P എന്ന ഒരു ബിന്ദു എടുക്കുക. PA എന്നത് X അക്ഷത്തിലേക്കു വരച്ചിട്ടുള്ള ലംബമാണ്. അതായത് O യിൽ നിന്ന് പുറപ്പെട്ട് X അക്ഷത്തിലൂടെ x ദൂരവും പിന്നീട് Y അക്ഷത്തിനു സമാന്തരമായി y ദൂരവും സഞ്ചരിച്ചാൽ P എന്ന ബിന്ദുവിലെത്താം. ഇവിടെ നാം x, y എന്നിവയെ P എന്ന ബിന്ദുവിന്റെ നിർദേശാങ്കങ്ങൾ എന്നു വിളിക്കുന്നു. അങ്ങനെ P എന്ന ബിന്ദുവിനെ നാം (x,y) എന്ന ജോഡികൊണ്ടു സൂചിപ്പിക്കുന്നു. സമതലമല്ല ത്രിമാന സമഷ്ടിയാണ് നാം പരിഗണിക്കുന്നതെങ്കിൽ നിർദേശാങ്കത്തിന്റെ എണ്ണം കൂടുമെന്നു മാത്രം; Z എന്ന ഒരു ലംബകോണികാക്ഷം കൂടി എടുത്ത് P(x, y, z) എന്ന് എഴുതുന്നു.

അടുത്തതായി നമുക്ക് ഒരു വൃത്തം പരിഗണിക്കാം. ഈ വൃത്തം ഒരു സമതലത്തിലായിരിക്കുമല്ലോ സ്ഥിതി ചെയ്യുന്നത്. വൃത്തത്തിന്റെ ആരം 'a' എന്നും കരുതുക. നാം വൃത്തത്തിന്റെ മധ്യബിന്ദുവിനെ O എന്ന മൂലബിന്ദുവായി പരിഗണിക്കുന്നു എന്നും P (x,y) ആ വൃത്തത്തിന്മേൽ കിടക്കുന്ന ഒരു ബിന്ദുവാണെന്നുമിരിക്കട്ടെ. പൈതഗോറസിന്റെ സിദ്ധാന്ത പ്രകാരം Pയിൽ നിന്ന് Oയിലേക്കുള്ള ദൂരം $\sqrt{x^2 + y^2}$ ആണ്. ഇത് വൃത്തത്തിന്റെ ആരമാണല്ലോ? അതുകൊണ്ട് നമുക്ക് $\sqrt{x^2 + y^2} = a$ എന്നു ലഭിക്കുന്നു. സമചിഹ്നത്തിന്റെ രണ്ടു വശത്തും വർഗമെടുത്താൽ $x^2 + y^2 = a^2$ എന്നും ലഭിക്കുന്നു. P എന്നത് വൃത്തത്തിന്മേൽ കിടക്കുന്ന ഏതെങ്കിലും ഒരു ബിന്ദുവാകയാൽ ഇത് വൃത്തത്തിന്റെ സമീകരണമാണ്. ഇതിനേക്കാൾ ലളിതമായി രേഖകൾ പരിഗണിക്കാം:

X അക്ഷത്തിലെ എല്ലാ ബിന്ദുക്കളുടെയും y നിർദേശാങ്കം പൂജ്യം ആയതിനാൽ ഈ അക്ഷത്തിന്റെ സമീകരണം y=0 ആണ്. അതുപോലെ

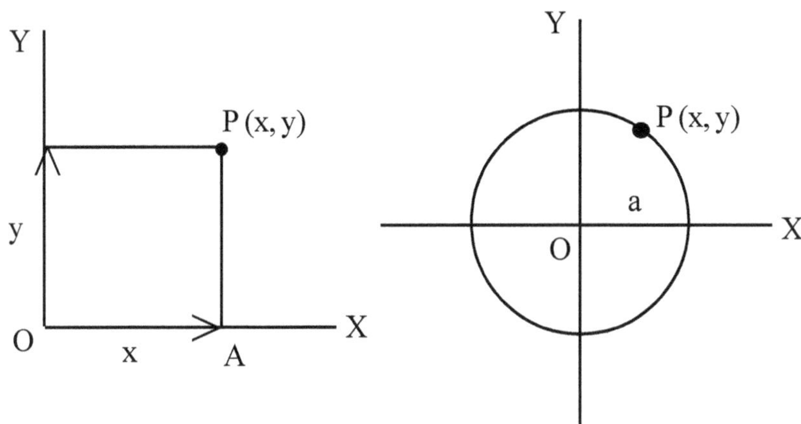

Y അക്ഷത്തിന്റെ സമീകരണമാണ് x=0. ഇവയെ നമുക്ക് സാമാന്യവൽക്കരിക്കാം.

നാം $f(x, y) = x^2 + y^2 - a^2$ എന്ന ഒരു ഏകദം നിർവചിച്ചാൽ മേൽ പറഞ്ഞ വൃത്തത്തെ നമുക്ക് $f(x, y) = 0$ എന്ന് എഴുതാം. ഇതുപോലെ $f(x, y) = y$, $f(x, y) = x$ എന്നിങ്ങനെ നിർവ്വചിച്ചാൽ X അക്ഷവും Y അക്ഷവും ലഭിക്കുന്നു.

ഇവിടെ ഓരോ സന്ദർഭത്തിലും $f(x, y) = 0$ എന്നത് x, y എന്നീ രാശികൾ തമ്മിലുള്ള ബന്ധത്തെക്കുറിക്കുന്നു. ഇത്തരത്തിൽ രേഖകളിൽ കിടക്കുന്ന ഓരോ ബിന്ദുവിനേയും അവയുടെ നിർദേശാങ്കങ്ങൾ തമ്മിലുള്ള ബന്ധത്തെക്കുറിക്കുന്ന ഒരു ഏകദം കൊണ്ടു പ്രതിനിധാനം ചെയ്യാം. ഇങ്ങനെ ഓരോ രേഖയേയും പ്രതിനിധാനം ചെയ്യുന്ന ഒരു ബീജഗണിത സമീകരണം കണ്ടെത്താനാകും. ചുരുക്കത്തിൽ $f(x, y) = 0$ എന്ന സമീകരണത്തിന്റെ ബീജഗണിതീയ സവിശേഷതകളും അതു പ്രതിനിധാനം ചെയ്യുന്ന രേഖയുടെ ജ്യാമിതീയ സവിശേഷതകളും പരസ്പരം ബന്ധപ്പെട്ടിരിക്കുന്നു.

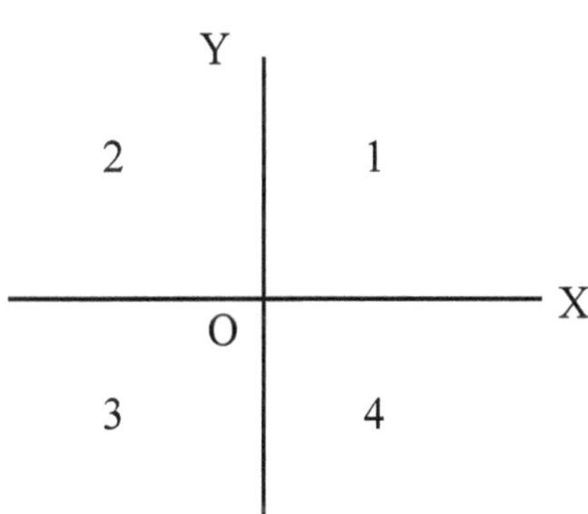

ഇതുപോലെ $f(x, y) = 0$ എന്ന സമീകരണം ത്രിമാന സമഷ്ടിയിലെ ഒരു പ്രതലത്തെ (സർഫസ്) പ്രതിനിധാനം ചെയ്യുന്നു. ഇത് കൂടുതൽ ദിശകളിലേക്ക് (ഡൈമെൻഷൻ) സാമാന്യവൽക്കരിക്കാമെന്നു മാത്രമല്ല

ഡൈമെൻഷൻ പൂർണ സംഖ്യയല്ലാത്ത (ഫ്രാക്ഷണൽ ഡൈമെൻഷൻ) സമഷ്ടികൾ വരെ ഇന്ന് ഗണിതശാസ്ത്രം കൈകാര്യം ചെയ്യുന്നുണ്ട്.

എന്നാൽ ഡെക്കാർത്തെ ആദ്യം പ്രയോഗിച്ച വിശ്ലേഷണവും ഇന്നു നാം സാധാരണ ചെയ്യാറുള്ള രീതിയും തമ്മിൽ വ്യത്യാസമുണ്ട്. അദ്ദേഹം x, y എന്നിവയിൽ x എന്ന നിർദേശാങ്കം മാത്രമെ പരിഗണിച്ചിരുന്നുള്ളു. അതിനോടു പൊരുത്തപ്പെട്ടു y എന്ന രാശിയെ ഗണിക്കുന്ന രീതിയാണ് അദ്ദേഹം അവലംബിച്ചത്. ഇവിടെ അദ്ദേഹം ഫലത്തിൽ y-യെ x-ന്റെ ഒരു ഏകദമായി കണക്കാക്കുകയാണ്. യഥാർഥത്തിൽ രണ്ട് ചരങ്ങളുടെ (വേരിയബിൾസ്) ഉപയോഗം അത്യാവശ്യമല്ല. സൗകര്യ പ്രദമെന്നു മാത്രം.

രണ്ട് അക്ഷങ്ങൾ തമ്മിൽ ഛേദിച്ച് നമുക്ക് നാല് ചതുർഥാംശങ്ങൾ (ക്വാഡ്രൻസ്) ലഭിക്കുമല്ലോ? ഇവയെ ചിത്രത്തിൽ കാണിച്ചിരിക്കുന്ന പോലെ ഒന്നാം ചതുർഥാംശം, രണ്ടാം ചതുർഥാംശം... എന്നിങ്ങനെ വിളിക്കുന്നു. ഡെക്കാർത്തെ ഒന്നാം ചതുർഥാംശം മാത്രമെ പരിഗണിച്ചിരുന്നുള്ളു.

ഡെക്കാർത്തെ ഒരുതരത്തിൽ ജ്യാമിതിയെ ബീജവൽക്കരിക്ക (ആൾജിബ്രൈസേഷൻ ഓഫ് ജ്യോമട്രി)യാണ് ചെയ്തത്. എന്നാൽ ആൾജിബ്രയിൽ നിന്ന് തിരിച്ച് ജ്യോമട്രിയിലേക്കുള്ള പോക്കിൽ ചില പ്രശ്നങ്ങൾ നേരിട്ടു. ഒരു ക്വാഡ്രന്റ് മാത്രം ഉപയോഗിച്ചതായിരുന്നു ഇതിനു കാരണം. നാലു ക്വാഡ്രന്റുകളും ഉപയോഗിച്ചു തുടങ്ങിയതോടെ ഇവയ്ക്ക് പരിഹാരമായി.

ഇനി നമുക്ക് വിശ്ലേഷക ജ്യാമിതിയിൽ ഫെർമയുടെ പങ്കിനെക്കുറിച്ചും ചുരുക്കി പരിഗണിക്കാം. ഡെക്കാർത്തെ പ്രഥമമായി ഒരു ദാർശനികനായിരുന്നെങ്കിൽ ഫെർമ അഭിഭാഷകനായിരുന്നു. ഗണിതശാസ്ത്രം അദ്ദേഹത്തിന് ഒരു ഹോബി മാത്രമായിരുന്നു. (ഇതുകൊണ്ടാകാം ഗണിതശാസ്ത്രജ്ഞരിൽ പലർക്കും മറ്റു ഹോബികൾ ഇല്ലാത്തത്!) അദ്ദേഹവും വിശ്ലേഷക ജ്യാമിതിയിൽ ധാരാളം ഗവേഷണങ്ങൾ ചെയ്തിരുന്നെങ്കിലും അവ പ്രസിദ്ധീകരിച്ചിരുന്നില്ല. (ഇവ പ്രസിദ്ധീകൃതമായത് അദ്ദേഹത്തിന്റെ മരണശേഷമായിരുന്നു). അതിനാൽ ഡെക്കാർത്തെ ചെയ്തതിന്റെയെല്ലാം ഖ്യാതി അദ്ദേഹത്തിനു സ്വന്തമായിരുന്നു. മാത്രമല്ല ഡെക്കാർത്തെയുടെ ഗ്രന്ഥം പ്രസിദ്ധീകൃതമായപ്പോൾ ഫെർമ സ്പർശ രേഖകൾ (ടാൻജെന്റ്സ്) കാണാൻ താൻ കണ്ടെത്തിയിരുന്ന രീതികൾ അദ്ദേഹത്തെ അറിയിക്കയും ചെയ്തു. കലനം ആവിഷ്കരിക്കുന്നതിന് ഫെർമയുടെ ഈ ആശയങ്ങളാണ് ന്യൂട്ടന് പ്രചോദകമായ തത്രെ.

കലനം

നിർദേശാങ്ക ജ്യാമിതിയുടെ കണ്ടുപിടുത്തത്തോടെ ഡെക്കാർത്തെ ജ്യാമിതിയെ 'ആൽജിബ്രൈസ്' ചെയ്തെന്നു പറഞ്ഞല്ലോ. ഇതിന്റെ ഫലമായി ജ്യാമിതിയുടെ പഠനമെന്നാൽ ഏകദങ്ങളുടെയും സമീകരണങ്ങ

ഐസക് ന്യൂട്ടൻ

ളുടേയും പഠനമായി. ഇത്തരം ഏകദ ങ്ങൾ മിക്കവാറും തന്നെ ചില 'വിചിത്ര ബിന്ദുക്കളിൽ' (സിങ്കുലാരിറ്റീസ്) അവി രതമല്ലാത്തവയാണ്. അതിനാൽതന്നെ ഈ ഏകദങ്ങളുടെ പഠനത്തിന് പുതിയ സങ്കേതങ്ങൾ കണ്ടെത്തേണ്ടിവന്നു. ഇതാണ് കലനത്തിന്റെ കണ്ടുപിടുത്ത ത്തിന്റെ പശ്ചാത്തലം. ഇതിനെക്കുറിച്ച് തനിക്ക് ഏകദേശ ധാരണകൾ നൽകി യത് ഫെർമ സ്പർശരേഖകൾ വര ക്കുന്ന രീതിയിൽ നിന്നാണെന്ന് ന്യൂട്ടൺ പറഞ്ഞിട്ടുണ്ട്. മാത്രമല്ല ലഗ്രാംഷെയെപോലെ ചിലർ കലനം കണ്ടുപിടിച്ചത് ഫെർമ ആണെന്നു വരെ കരുതിയിരുന്നു.

കലനത്തിന്റെ ഉപജ്ഞാതാവായ ഐസക് ന്യൂട്ടൻ (1642-1727) ഒരു കർഷക കുടുംബത്തിലാണ് ജനിച്ച ത്. അദ്ദേഹം ജനിക്കുന്നതിനു മുമ്പുതന്നെ പിതാവ് മരിച്ചിരുന്നു. ബാല നായ ന്യൂട്ടൻ പഠനത്തിൽ വലിയ താൽപ്പര്യമൊന്നും കാണിച്ചിരുന്നില്ല. എന്നാൽ കൗമാരത്തോടെ പരീക്ഷണനിരീക്ഷണങ്ങളിൽ അദ്ദേഹം താൽപ്പര്യം കാണിക്കാൻ തുടങ്ങിയിരുന്നു. ഇക്കാലത്ത് യന്ത്രക്കളിപ്പാട്ട ങ്ങൾ (മെക്കാനിക്കൽ ടോയ്സ്) ഉണ്ടാക്കുന്നത് ന്യൂട്ടന്റെ ഒരു വിനോദ മായിരുന്നു.

പത്തൊമ്പതാം വയസിൽ ന്യൂട്ടൻ കാംബ്രിഡ്ജിലെ ട്രിനിറ്റി കോളേ ജിൽ വിദ്യാർഥിയായി ചേർന്നു. 1665-66 കാലത്ത് പ്ലേഗ് പടർന്നു പിടിച്ച തുമൂലം കോളേജ് പൂട്ടി. അവധിക്കാലം അദ്ദേഹം ഗണിതശാസ്ത്രപഠ നത്തിന് വിനിയോഗിച്ചു. ഇതിൻഫലമായി ഇരുപത്തിനാലു വയസായ പ്പോഴേക്കും ന്യൂട്ടൻ കലനത്തെക്കുറിച്ചും (ഫ്ളക്ഷൻ എന്നാണ് അദ്ദേഹം വിളിച്ചിരുന്നത്) ഭൂഗുരുത്വാകർഷണത്തെക്കുറിച്ചുമുള്ള തന്റെ ആശയ ങ്ങൾക്ക് രൂപംനൽകികഴിഞ്ഞിരുന്നു.

ന്യൂട്ടൻ തന്റെ കലനം ചലനവുമായി ബന്ധപ്പെടുത്തിയാണ് വിക സിപ്പിച്ചത്. ചലിക്കുന്ന (ഒഴുകുന്ന) ഒരു ബിന്ദു ഒരു രേഖ (അതിന്റെ പാത) അടയാളപ്പെടുത്തി പോകുന്നതായി കണക്കാക്കാം. മറിച്ച് ഒരു രേഖയെ ഇങ്ങനെ ഒരു ബിന്ദുവിന്റെ പാതയായും കണക്കാക്കാമല്ലോ. നാം കടലാസിൽ വരയ്ക്കുന്ന രേഖതന്നെ പെൻസിലിന്റെ അറ്റം എന്ന ബിന്ദു ഒരു നിശ്ചിത സമയത്തിനുള്ളിൽ കടന്നുപോയ വഴിയാണല്ലോ? ഏറ്റവും ചെറിയ ഒരു സമയംകൊണ്ട് ബിന്ദു കടന്നുപോയ (വളരെ ചെറിയ) ദൂരത്തെ അദ്ദേഹം 'മൊമെന്റം' എന്നു വിളിച്ചു. ഈ മൊമെന്റത്തെ സമയംകൊണ്ടു ഹരിച്ചാൽ കിട്ടുന്ന രാശിയെ അദ്ദേഹം

'ഫ്ളക്ഷൻ' എന്നും വിളിച്ചു. (ഇന്ന് മൊമെന്റം ഫ്ളക്ഷൻ എന്നീ വാക്കുകൾക്ക് വേറെ അർഥങ്ങളാണ് കൽപ്പിക്കുന്നത്). ബിന്ദുവിനോടൊപ്പം 'ഒഴുകുന്ന രാശി' x ആണെങ്കിൽ ഫ്ളക്ഷനെ അദ്ദേഹം '$\dot{x}$' എന്ന ചിഹ്നം കൊണ്ട് സൂചിപ്പിച്ചു. ഇന്ന് നാം ഇതിനെ $\frac{dx}{dt}$ എന്ന് എഴുതുന്നു. ഇതിനെ x-ന്റെ t മൂലമുള്ള അവകലജം അഥവാ അവകല ഗുണാങ്കം (ഡിഫറൻഷ്യൽ കോയിഫിഷ്യന്റ്) എന്നുപറയുന്നു.

ഇന്നു നാം $\frac{dx}{dt}$ നിർവചിക്കുന്നതെങ്ങനെ എന്നു നോക്കാം. t ഒരു സ്വതന്ത്രചര (ഇൻഡിപെന്റന്റ് വേരിയബിൾ)മാണെന്നും x, t-യുടെ ഒരു അവിരത ഏകദ (കണ്ടിന്വസ് ഫങ്ഷൻ)മാണെന്നും കരുതുക. t-യിൽ ഉണ്ടാകുന്ന ഒരു ചെറിയ മാറ്റത്തെ നാം δt (ഡെൽറ്റ t) കൊണ്ടും അതിനനുസൃതമായി x-ൽ ഉണ്ടാകുന്ന മാറ്റത്തെ δx എന്നും രേഖപ്പെടുത്തുന്നു. ഇവിടെ

$\delta x = x(t + \delta t) - x(t)$ ആണ്.

$\frac{\delta x}{\delta t}$ പരിഗണിക്കുക. δt ചെറുതായി പൂജ്യത്തിലെത്തുന്നു എന്നും കരുതുക. അതോടെ δx-ഉം ചെറുതായി വരും. $\frac{\delta x}{\delta t}$ എന്ന അനുപാതത്തിനും മാറ്റം വന്നുകൊണ്ടിരിക്കും. δt പൂജ്യമാകുമ്പോൾ ഈ അനുപാതത്തിന്റെ സീമയാണ് $\frac{dx}{dt}$.

എന്നാൽ ന്യൂട്ടൻ $\frac{dx}{dt}$യെ ഒരു സീമയായി കണക്കാക്കിയില്ല. പകരം dx, dt എന്നീ രണ്ടു ചെറിയ രാശികളുടെ അനുപാതമായി തന്നെയാണ് കരുതിയത്. x, tക്കൊപ്പം മാറിക്കൊണ്ടിരിക്കുകയാണെങ്കിൽ t പൂജ്യമാകുമ്പോൾ x പൂജ്യമാകണമല്ലൊ. അപ്പോൾ $\frac{0}{0}$ എന്നല്ലാതെ ഒരു നിശ്ചിത അനുപാതം കിട്ടുമെന്നത് കുറേക്കാലം ശാസ്ത്രലോകത്തെയും ദാർശനികരെയും കുഴയ്ക്കുകയുണ്ടായി. ഫ്രെഡറിക് എംഗൽസിന്റെ *പ്രകൃതിയിലെ വൈരുദ്ധ്യാത്മകത (ഡയലറ്റിക്സ് ഓഫ് നേച്ചർ)* എന്ന കൃതിയിലും ഇതേക്കുറിച്ചുള്ള വിശകലനം കാണാം.

കാൽക്കുലസുമായി ബന്ധപ്പെട്ട നിർഭാഗ്യകരമായ ഒരു സംഭവമായിരുന്നു അതിന്റെ പിതൃത്വത്തെക്കുറിച്ചുള്ള വിവാദം. ഈ ശാഖയുടെ ഉപജ്ഞാതാവ് ന്യൂട്ടനാണോ ജർമൻകാരനായ ലീബ്നിസാണോ എന്നതായിരുന്നു തർക്കം. അവസാനം അഗസ്റ്റസ് ഡി മോർഗൻ എന്ന ഇംഗ്ലീഷ് ഗണിതശാസ്ത്രജ്ഞൻ ഇതിനെക്കുറിച്ച് ആഴത്തിൽ പരിശോധിച്ച് ഈ തർക്കത്തിന് ഒരു അവസാനം കണ്ടെത്തുകയായിരുന്നു. ന്യൂട്ടന്റെ കാൽക്കുലസിനെ ആശ്രയിക്കാതെ, ന്യൂട്ടനുശേഷമാണെങ്കിലും, ലീബ്നിസും സ്വതന്ത്രമായാണ് കാൽക്കുലസ് വികസിപ്പിച്ചതെന്ന മോർഗന്റെ തീർപ്പാണ് പൊതുവെ അംഗീകരിക്കപ്പെട്ടത്.

എന്നാൽ അനാവശ്യമായി വിജൃംഭിച്ച ഇംഗ്ലീഷുകാരുടെ ദേശസ്നേഹം ശാസ്ത്രത്തിന് സാരമായ ആഘാതമേൽപ്പിച്ചു. ലീബ്നീസ് അവതരിപ്പിച്ച $\frac{dx}{dt}$, $\frac{d^2x}{dt^2}$ തുടങ്ങിയ ചിഹ്നങ്ങൾക്ക് ന്യൂട്ടന്റെ $\dot{x}$, $\ddot{x}$ തുടങ്ങിയ ചിഹ്നങ്ങളേക്കാൾ, പ്രായോഗികതലത്തിൽ മേന്മയുണ്ടായിരുന്നു. എന്നാൽ ന്യൂട്ടനോടുള്ള അന്ധമായ ആരാധനമൂലം ഇംഗ്ലീഷു ശാസ്ത്രജ്ഞന്മാർ ഇതംഗീകരിക്കാൻ തയ്യാറായില്ല. ഫലമോ ഈ ചിഹ്നങ്ങൾ അംഗീകരിച്ച മറ്റു യൂറോപ്യൻ ശാസ്ത്രജ്ഞന്മാർ ന്യൂട്ടന്റെ നേരവകാശികളായി കാൽക്കുലസിലും മറ്റു ശാസ്ത്രമേഖലകളിലും മുന്നേറി. പിന്നീട് 1820കളിലാണ് കാംബ്രിഡ്ജ് ഗണിതശാസ്ത്രകാരന്മാർ തങ്ങളുടെ തെറ്റ് മനസിലാക്കുകയും ലീബ്നിസിന്റെ ചിഹ്നങ്ങളുടെ സഹായത്തോടെ ഗണിതശാസ്ത്ര ഗവേഷണത്തിലെ ഊർജ്ജസ്വലത വീണ്ടെടുക്കുകയും ചെയ്തത്.

ശുദ്ധഗണിത ശാസ്ത്രം, പ്രയുക്ത ഗണിതശാസ്ത്രം, ശാസ്ത്രീയ പരീക്ഷണങ്ങൾ എന്നീ മൂന്നു മേഖലയിലും ഒരുപോലെ പ്രാഗത്ഭ്യമുള്ള ഒരു ശാസ്ത്രജ്ഞൻ, ന്യൂട്ടനെക്കൂടാതെ ആർക്കിമെഡീസിലെ നമുക്ക് കാണാൻ കഴിയൂ. കാൾ ഗൗസ് ശുദ്ധ ഗണിതത്തിൽ ന്യൂട്ടനെ അതിശയിപ്പിച്ചിരുന്നെങ്കിലും മറ്റു രണ്ട് ശാഖകളിലും അദ്ദേഹത്തേക്കാൾ എത്രയോ താഴെയായിരുന്നു.

ഗലീലിയോവിന്റെ പരീക്ഷണാധിഷ്ഠിത ഗവേഷണത്തിന്റേയും ന്യൂട്ടന്റെയും ലിബനിസിന്റെയും കാൽക്കുലസിന്റെയും സംയോഗമാണ് ആധുനിക ഭൗതികശാസ്ത്രത്തിനും സാങ്കേതികവിദ്യകൾക്കും അടിത്തറ പാകിയത്.

ന്യൂട്ടൻ ആരംഭം കുറിച്ചെങ്കിലും കാൽക്കുലസിനെ അടിസ്ഥാനമാക്കി സീമ (ലിമിറ്റ്), അവിരതത, അവകലനം (ഡിഫറൻസിയേഷൻ), സമാകലനം (ഇന്റഗ്രേഷൻ) എന്നീ സാങ്കേതിക പദങ്ങൾക്ക് ആശയവ്യക്തത കൈവന്നത് കോഷിയുടെ പഠനങ്ങൾ (1821–3) മുതൽ പത്തൊമ്പത്, ഇരുപത് നൂറ്റാണ്ടുകളോടെയാണ്. എന്നാൽ ഈ ആശയങ്ങൾ എത്രയോ മുമ്പുതന്നെ ബെർണോളിമാർ, ഓയ്‌ലർ, ലഗ്രാംഷെ, ലാപ്ലാസ് തുടങ്ങിയവർ തങ്ങളുടെ ഗവേഷണങ്ങളിൽ വിജയകരമായി ഉപയോഗിച്ചിരുന്നു എന്നതാണ് രസകരമായ വസ്തുത.

സഞ്ചയവിന്യാസം - സംഭാവ്യതാ സിദ്ധാന്തം

സഞ്ചയവിന്യാസം ശുദ്ധ ഗണിതശാസ്ത്രത്തിന്റെ ഒരു ശാഖയാണ്. സംഗീതവും ഭാഷാശാസ്ത്രവുമായി ബന്ധപ്പെട്ട് ഇതിന്റെ ചരിത്രത്തിന് ചുരുങ്ങിയത് രണ്ടായിരം വർഷത്തെ പഴക്കമുണ്ട്. ബീജഗണിതം, സംഭാവ്യതാ സിദ്ധാന്തം, ആരേഖ സിദ്ധാന്തം (ഗ്രാഫ് തിയറി) തുടങ്ങി ഗണിതശാസ്ത്രത്തിന്റെ വിവിധ മേഖലകളെ ഇതിൽപ്പെടുത്താം.

മെയ്യനങ്ങാതെ സമ്പാദിക്കുന്ന (ചിലപ്പോൾ പാപ്പരാവുന്ന) ചൂതാട്ടത്തിന് മനുഷ്യാർത്തിയോളം പഴക്കമുണ്ട്. എന്നാൽ 1654 ൽ ഫെർമയും പാസ്കലും അടിസ്ഥാന നിയമങ്ങൾ ചികഞ്ഞെടുത്തതോടെയാണ് അതിന് ഗണിതശാസ്ത്രത്തിൽ ഒരു മാന്യസ്ഥാനം ലഭിച്ചത്. അതിനു മുമ്പ് ഗലീലിയൊ ഇതുമായി ബന്ധപ്പെട്ട ഒരു പ്രശ്നം എല്ലാ സാധ്യതകളുടെയും പട്ടിക ഉപയോഗിച്ച് നിർധാരണം ചെയ്തിരുന്നെങ്കിലും ഒരു സാമാന്യനിയമത്തിന്റെ തലത്തിലേക്ക് എത്തിച്ചേരുകയുണ്ടായില്ല.

ചൂതാട്ടത്തിൽ അതീവ താൽപ്പര്യമുണ്ടായിരുന്ന അൻടോൺ ഗോംബോഡ് എന്നൊരാൾ പാസ്കലിനെ ഒരു പ്രശ്നത്തിന്റെ ഉത്തരം തേടി സമീപിച്ചു. രണ്ടുപേർ ഒരു കളിയിൽ മുഴുകിയിരിക്കുകയായിരുന്നു. ആദ്യം ഒരു നിശ്ചിത പോയിന്റുകൾ (m എന്നിരിക്കട്ടെ) ലഭിക്കുന്ന ആൾ വിജയിക്കുന്നു. എന്നാൽ രണ്ടുപേർക്കും ലക്ഷ്യത്തിലെത്താൻ സാധിച്ചില്ല. കളി നിർത്തുമ്പോൾ ഒന്നാമൻ A പോയിന്റുകളും രണ്ടാമൻ B പോയിന്റുകളും നേടിയിട്ടുണ്ടായിരുന്നു. എങ്കിൽ പാരിതോഷികം ഈ രണ്ടുപേർക്കായി ഏതനുപാതത്തിൽ വീതിച്ചു നൽകണം?

ബ്ലെയിസ് പാസ്ക്കൽ

പിയറി ഡെ ഫെർമ

പാസ്കൽ ഈ പ്രശ്നം ഫെർമക്കും കൈമാറി. രണ്ടുപേരും ഇതിനുത്തരം കണ്ടെത്തി. വ്യത്യസ്ത മാർഗങ്ങളിലായിരുന്നെന്നു മാത്രം. ഈ സംഭവം സംഭാവ്യത (പ്രോബബിലിറ്റി) എന്ന ഒരു പുതിയ ഗണിതശാസ്ത്രശാഖയുടെ ഉദയം കുറിച്ചു. ഇതിലെ പ്രതീക്ഷ (എക്സ്പെക്ടേഷൻ) എന്ന ആശയം ആവിഷ്കരിച്ചത് ഹ്യൂജീൻ ആയിരുന്നു.

ഇന്ന് സാംഖ്യിക ശാസ്ത്രത്തിലും ഫലപ്രാപ്തിയെക്കുറിച്ച് തീർച്ചയില്ലാത്ത സ്റ്റോക്ക് മാർക്കറ്റ് തുടങ്ങിയ എല്ലാ മേഖലകളിലും പ്രോബബിലിറ്റി ഉപയോഗിക്കുന്നു. ക്വാണ്ടം ബലതന്ത്രം, വിക്ഷോഭം (ടർബു

ലൻസ്) തുടങ്ങിയ ഭൗതിക ശാസ്ത്രത്തിന്റെയും പ്രയുക്തഗണിത ശാസ്ത്രത്തിന്റെയും ശാഖകളിൽ ഇത് ധാരാളമായി ഉപയോഗിച്ചുവരുന്നു. എന്നാൽ ടർബ്യുലൻസിന്റെ കാര്യത്തിൽ അടുത്തകാലത്തായി ഇതിനുപകരം ടോപോളജി എന്ന ഗണിതശാസ്ത്രം ഉപയോഗിച്ചു തുടങ്ങിയിട്ടുണ്ട്.

സംഖ്യാസിദ്ധാന്തം

ആധുനിക അങ്കഗണിതം 1630-65 കാലഘട്ടത്തിൽ ഫെർമയുടെ ഗവേഷണങ്ങളോടെ ആരംഭിക്കുന്നു. മറ്റു മേഖലകളിലും അദ്ദേഹം സംഭാവനകൾ നൽകിയിട്ടുണ്ടെങ്കിലും (അനലറ്റിക്കൽ ജ്യോമട്രി നാം കണ്ടുകഴിഞ്ഞു) ഈ മേഖലയിലേതാണ് ഏറ്റവും മികച്ചതായി കരുതുന്നത്. ഈ ശാഖയ്ക്ക് 'ഹയർ അരിത്മാറ്റിക്' (ഗ്രീക്ക്) എന്നും പേരുണ്ട്. മറ്റു ഗണിതശാസ്ത്രശാഖകളിൽ നിന്നും വ്യത്യസ്തമായി പ്രസ്താവനകൾ തെളിയിക്കാൻ പ്രയോഗിക്കാവുന്ന പൊതുവായ രീതികൾ ഇല്ലെന്നതാണ് ഈ ശാഖയുടെ പ്രത്യേകത.

ഗണിതശാസ്ത്രത്തെ ശാസ്ത്രങ്ങളുടെ റാണിയെന്നാണ് വിളിക്കാറെങ്കിൽ സംഖ്യാസിദ്ധാന്തത്തെ ഗണിതശാസ്ത്രത്തിന്റെ റാണിയെന്നാണ് കാൾ ഗൗസ് വിളിച്ചത്. സംഖ്യകളുടെ, പ്രത്യേകിച്ച് പൂർണസംഖ്യകളുടെ, ഗുണവിശേഷങ്ങളെക്കുറിച്ച് പഠിക്കുന്ന ശാസ്ത്രശാഖയാണ് ഇത്. ഇതിനേക്കുറിച്ച് ലഭിച്ചിട്ടുള്ള എറ്റവും പഴയരേഖ ക്രി മു 1900-1600 കാലഘട്ടത്തിലെ ബാബിലോണിയൻ കളിമൺ ഫലകങ്ങളാണ്. യൂക്ലിഡും ഡയോഫാന്റസുമാണ് ഈ ശാഖയിലെ പ്രാചീന ഗവേഷകർ. അഭാജ്യ സംഖ്യകളുടെ എണ്ണം അനന്തമാണെന്ന് യൂക്ലിഡ് കണ്ടുപിടിച്ചതായി മുമ്പു പ്രസ്താവിച്ചിട്ടുണ്ട്. ഡയോഫാന്റസിന്റെ പേരിൽ അറിയപ്പെടുന്ന സമീകരണമാണ് - ഡയോഫാന്റെൻ ഇക്വേഷൻ - ഈ ശാഖയിലെ ആദ്യകാലത്തെ ഒരു പ്രധാന പഠനവിഷയം. എന്നാൽ ഇതിനും എത്രയോ നൂറ്റാണ്ടുകൾക്കു മുമ്പ് ഭാരതീയരായ ബൗധായനൻ (ക്രി മു ഒമ്പതാം നൂറ്റാണ്ട്), ആപസ്തംഭൻ (ക്രി മു ഏഴാം നൂറ്റാണ്ട്) എന്നിവർ ഇതിനെക്കുറിച്ച് പഠിച്ചിട്ടുണ്ട്. ഇതുപോലെതന്നെ ബ്രിട്ടീഷ് ഗണിതശാസ്ത്രജ്ഞനായിരുന്ന ജോൺ പെല്ലിന്റെ പേരിൽ (പതിനേഴാം നൂറ്റാണ്ട്) അറിയപ്പെടുന്ന സമീകരണം ഏഴാം നൂറ്റാണ്ടിൽതന്നെ ബ്രഹ്മഗുപ്തൻ *സമഭാവന* എന്ന ഗ്രന്ഥത്തിൽ വിശകലനം ചെയ്തിരുന്നു. പാശ്ചാത്യർക്ക് ഇതിനെക്കുറിച്ച് അറിയാമായിരുന്നില്ലെന്നതിനാൽ 1657 ൽ ഫെർമ ഇത് ഒരു ഉത്തരം കണ്ടെത്തേണ്ട പ്രശ്നമായി ഉന്നയിച്ചു. 70 വർഷങ്ങൾക്കുശേഷം ഓയിലറാണ് ഇതിന്റെ നിർധാരണം മുഴുമിച്ചത് - പന്ത്രണ്ടാം നൂറ്റാണ്ടിൽതന്നെ ഭാസ്കരൻ ഇത് കണ്ടെത്തിയിരുന്നെങ്കിലും!

തന്റെ പ്രസിദ്ധമായ 23 പ്രശ്നങ്ങളിൽ ഒന്നായി ഹിൽബർട്ട് ഡയോഫാന്റസിന്റെ സമീകരണത്തിന്റെ നിർദ്ധാരണ പ്രശ്നം ഉന്നയി

ച്ചിരുന്നു. എന്നാൽ ഇത് അസാധ്യമാണെന്ന് മതിയാസേവിച് (1970) കണ്ടെത്തി.

ആധുനിക സംഖ്യാസിദ്ധാന്തം 1801-ൽ ഗൗസിന്റെ 'ഡിസ്ക്വിസ ഷനെ അരിത് മാറ്റിക്ക'യുടെ പ്രസിദ്ധീകരണത്തോടെ ആരംഭിച്ചതായി കണക്കാക്കുന്നു. ഈ ശാഖയിലെ പ്രമുഖ ഗവേഷകരിൽ രാമാനുജനെ കൂടാതെ ഷെബിഷെഫ്, സെറെ, ഫെർമ, ഫിബൊനാച്ചി, കോഷി, ഡിറി ഷ്ലെ, യാക്കോബി, ലയവല്ലി, സെല്ലർ, ഫെർഡിനാൻഡ് ഐസെൻസ്റ്റെൻ, കുമ്മർ, ക്രോണിക്കർ എന്നിവരെല്ലാം പെടുന്നു.

ഉത്തരം കാത്തുകിടക്കുന്ന പ്രശ്നങ്ങളെക്കൊണ്ട് സമ്പന്നമാണ് ഈ ഗണിതശാസ്ത്രശാഖ. പതിനേഴാം നൂറ്റാണ്ടിൽ ഫെർമ തന്റെ പുസ്തകത്തിൽ താൻ കണ്ടെത്തിയിട്ടുണ്ടെന്നുപറഞ്ഞ ഒരുപ്രമേയത്തിന്റെ (ഫെർമാസ് ലാസ്റ്റ് തിയറം - n ഒരു പൂർണ സംഖ്യയാണെന്നിരിക്കട്ടെ. ഇത് 2-നേക്കാൾ വലുതാണെങ്കിൽ $x^n + y^n = z^n$ എന്ന സമീകരണത്തിന് പൂർണ സംഖ്യകളായ നിർധാരണ മൂല്യങ്ങൾ ഇല്ല) തെളിവ് ആൻഡ്രൂവൈൽസ് കണ്ടുപിടിച്ചത്1995-ൽ മാത്രമാണ്. രാമാനുജന്റേതായി വിലപ്പെട്ട നാലായിരത്തോളം ഗവേഷണഫലങ്ങളുണ്ട്!

ഫെർമയുടെ പ്രമേയത്തിന് തെളിവ് തേടിയുള്ള അലച്ചിൽ ഈ ശാഖയെ (മറ്റു പല ശാഖകളേയും) സമ്പന്നമാക്കിയിട്ടുണ്ട്. പഠനരീതി അനുസരിച്ച് വിശ്ലേഷകം (അനലിറ്റിക്), ജ്യാമിതീയം (ജ്യോമട്രിക്) ബീജീയം (ആൾജിബ്രയിക്) എന്നിങ്ങനെ വിവിധ തരത്തിൽ സംഖ്യാസിദ്ധാന്തം വികാസം പ്രാപിച്ചിട്ടുണ്ട്. ബീജഗണിതത്തിന്റെ വളർച്ചയെ പ്രത്യേകിച്ചും ഈ സംഖ്യാസിദ്ധാന്തം ഉത്തേജിപ്പിച്ചിട്ടുണ്ട്. സങ്കേതന ശാസ്ത്രം (കോഡിങ്ങ് തിയറി), ബീജാക്ഷര ലേഖനവിദ്യ (ക്രിപ്റ്റോഗ്രഫി), കമ്പ്യൂട്ടർ സയൻസ് എന്നിവയുമായി ബന്ധപ്പെട്ടും ഈ ഗണിതശാസ്ത്രശാഖ വളരെ പ്രാധാന്യം നേടിയിട്ടുണ്ട്.

ഗതികവും സാർവത്രിക ഗുരുത്വാകർഷണ സിദ്ധാന്തവും

ന്യൂട്ടന്റെ കാലഘട്ടം ഗലീലിയോവിന്റേതിന്റെ തുടർച്ചയാണെന്ന് നമുക്കറിയാം. മതനിന്ദയ്ക്ക് ഇടയാക്കിയ ഗലീലിയോയുടെ ഭൗതികശാസ്ത്രത്തിലെ കണ്ടുപിടുത്തങ്ങളും പ്രസിദ്ധമാണ്. എന്നാൽ ഗതികത്തെ ഗണിതശാസ്ത്രഭാഷയിലേക്ക് മാറ്റിയതാണ് അദ്ദേഹത്തിന്റെ ഒരു പ്രധാന സംഭാവന. വിസ്ഥാപനം (ഡിസ്പ്ലേസ്മെന്റ്), സമയം, പ്രവേഗം (വെലോസിറ്റി), ത്വരണം (ആക്സിലറേഷൻ) എന്നിവയ്ക്കെല്ലാം അദ്ദേഹം ഗണിതശാസ്ത്രപരമായ അർഥം നൽകി. ഇവയെല്ലാം ഉപയോഗിച്ച് ആവശ്യമായ നിർവചനങ്ങളും അദ്ദേഹം ആവിഷ്കരിച്ചു. ന്യൂട്ടന്റെ ചലനസംബന്ധമായ മൂന്നു നിയമങ്ങളിൽ (ന്യൂട്ടൻസ് ലോസ് ഓഫ് മോഷൻ) രണ്ടെണ്ണങ്ങളെക്കുറിച്ച് അദ്ദേഹം ബോധവാനായിരുന്നു. ജഡത്വത്തെ (ഇനർഷ്യാ) കുറിച്ചുള്ള ഒന്നാമത്തെ നിയമം അദ്ദേഹം കൃത്യമായി കണ്ടെത്തിയിരുന്നു. ഒരു വസ്തുവിന്റെ നിശ്ചലാവസ്ഥയിൽ നിന്നോ ക്രമമായ

ചലനത്തിൽനിന്നോ എന്തെങ്കിലും മാറ്റം വരണമെങ്കിൽ ബലം പ്രയോഗിച്ചിരിക്കണമെന്ന ഈ നിയമം അന്നുവരെയുണ്ടായിരുന്ന ധാരണകളെ കടപുഴക്കിയെറിഞ്ഞു. ന്യൂട്ടന്റെ രണ്ടാമത്തെ നിയമം സാമാന്യരൂപത്തിലല്ലെങ്കിലും അദ്ദേഹം കണ്ടെത്തിയിരുന്നു എന്നേ പറയാനൊക്കു.

ആ കാലഘട്ടത്തിൽ തന്നെയാണ് ജോഹാൻ കെപ്ലർ (1571–1636) ഗ്രഹങ്ങളുടെ ചലനങ്ങളെക്കുറിച്ചുള്ള നിയമങ്ങളും കണ്ടെത്തിയത്. ഇതാകട്ടെ ജ്യോതിശാസ്ത്രത്തെ സംബന്ധിച്ച് ആയിരക്കണക്കിന് വർഷങ്ങളുടെ അനുഭവിക ജ്യാമിതി (എമ്പിരിക്കൽ ജ്യോമട്രി)യുടെ പരിസമാപ്തിയായിരുന്നു. അതാകട്ടെ അദ്ദേഹത്തിന്റെ നീണ്ട ഇരുപത്തിരണ്ടു വർഷക്കാലത്തെ കഠിന തപസ്യയുടെ ഫലപ്രാപ്തിയായിരുന്നു. കണക്കുകൂട്ടുന്നതിനു സഹായിക്കാൻ നേപിയറുടെ ലോഗരിതംപോലും അന്നുണ്ടായിരുന്നില്ല. മതനിന്ദയുടെ പേരിലുള്ള ദ്രോഹങ്ങളും, വ്യക്തിജീവിതത്തിലെ മറ്റു കഷ്ടപ്പാടുകളുമെല്ലാം തരണം ചെയ്യാൻ അദ്ദേഹത്തിനുണ്ടായിരുന്നത് പ്രപഞ്ചത്തെ ഗണിതശാസ്ത്രത്തിലൂടെ മനസിലാക്കാൻ സാധിക്കുമെന്ന പൈത്തഗോറിയൻ അഥവാ ഗ്രീക്ക് പ്രപഞ്ച വീക്ഷണത്തിലുള്ള വിശ്വാസമായിരുന്നു.

ഇതോടു ചേർത്തു പറയേണ്ടതാണ് ബാരോൺ നേപിയറിന്റെ (1550 –1617) ലോഗരിതത്തിന്റെ കണ്ടുപിടുത്തവും. സംഖ്യാശാസ്ത്രത്തിലെ ഒരു കണ്ടുപിടുത്തമായിരുന്നു ഇതെന്ന് ഒറ്റനോട്ടത്തിൽ തോന്നാമെങ്കിലും സ്ഥിരവേഗതയിലും ത്വരണത്തോടുകൂടിയും സഞ്ചരിക്കുന്ന രണ്ടു ബിന്ദുക്കളുടെ ചലനങ്ങളെ ഉപയോഗിച്ചാണ് നേപിയർ തന്റെ ലോഗരിതം വിവരിച്ചത്!

നേപിയറിനുശേഷമാണ് ഡെക്കാർത്തെ a, a^2, a^3 തുടങ്ങിയ ബീജഗണിത ചിഹ്നങ്ങൾ രൂപപ്പെടുത്തിയത് - അതിനാൽ ഈ ചിഹ്നങ്ങളും അദ്ദേഹത്തിനു സഹായത്തിനുണ്ടായിരുന്നില്ല. മാത്രമല്ല ഒരു ജന്മിയായിരുന്ന, മത രാഷ്ട്രീയത്തിൽ സജീവ പങ്കുവഹിച്ചിരുന്ന, അദ്ദേഹത്തിന്റെ ഒഴിവു സമയത്തെ പ്രവർത്തനഫലമായിരുന്നത്രെ ഈ ലോഗരിതം പട്ടിക.

ന്യൂട്ടന്റെ ഗുരുത്വാകർഷണ സിദ്ധാന്തമാണ് ആധുനിക പ്രയുക്ത ഗണിത ശാസ്ത്രത്തിന്റെ ആരംഭം കുറിച്ചതെന്നു പറയാം.

കെപ്ലറുടെ ജ്യാമിതീയമായ നിയമങ്ങളെ വിശദീകരിക്കാൻ കഴിയുന്ന ഒരു പരികൽപ്പന കണ്ടെത്തുക എന്നത് ഗണിതശാസ്ത്രജ്ഞരോടുള്ള ഒരു വെല്ലുവിളിയായിരുന്നു. ആർ ഹുക്ക് എന്ന ന്യൂട്ടന്റെ സമകാലീനനായിരുന്ന ഗണിതശാസ്ത്രജ്ഞൻ വ്യുൽക്രമ വർഗ നിയമം (ഇൻവേഴ്സ് സ്ക്വയർ ലോ) കണ്ടെത്തിയിരുന്നെങ്കിലും അതുപയോഗിച്ച് ജ്യോതിർഗോളങ്ങളുടെ ഭ്രമണപഥം കണ്ടുപിടിക്കാൻ കഴിഞ്ഞിരുന്നില്ല. എന്നാൽ ന്യൂട്ടൻ ഇത് ദീർഘവൃത്തം (എലിപ്സ്) ആണെന്നു കണ്ടുപിടിച്ചു. തന്റെ സാർവത്രിക ഗുരുത്വാകർഷണ സിദ്ധാന്തമാണ് ന്യൂട്ടൻ ഇതിന് ആധാരമാക്കിയത്. ഈ കണ്ടുപിടുത്തമാണ്, സ്വതവെ

ഗവേഷണ ഫലങ്ങൾ പ്രസിദ്ധീകരിക്കുന്നതിൽ മടികാണിച്ചിരുന്ന ന്യൂട്ടനെ ജ്യോതിശാസ്ത്രജ്ഞനായിരുന്ന ഇ ഹാലിയുടെ നിർബന്ധത്തിനു വഴങ്ങി *ഫിലോസോഫിയ നാച്ചുറലി പ്രിൻസിപ്പിയ മാത്തമാറ്റിക്ക* എഴുതുന്നതിലേക്കു നയിച്ചത്. ചരിത്രത്തിൽ ഇന്നോളം ഓരൊറ്റ ശാസ്ത്രജ്ഞന്റെ സംഭാവനകളെമാത്രം ആധാരമാക്കി പ്രസിദ്ധീകരിച്ച ഏറ്റവും മഹത്തായ കൃതിയാണിത്. ന്യൂട്ടന്റെ നിഗമനങ്ങൾക്ക് കളമൊരുക്കിയത് ഗലീലിയോവിന്റെ യുക്ത്യാധിഷ്ഠിതമായ ഗതികമായിരുന്നു. രൂപങ്ങളെയും ജ്യോതിർഗോളങ്ങളുടെ ഭ്രമണങ്ങളെയും കുറിച്ചുള്ള പഠനങ്ങൾ ജ്യാമിതിയിലേക്ക് കൊണ്ടെത്തിച്ച പൈതഗോറിയന്മാരെയും യൂഡോക്സസ് മുതൽ കെപ്ലർ വരെയുള്ള ജ്യോതിശാസ്ത്രജ്ഞന്മാരെയും പോലെ വസ്തുക്കളുടെ ചലനങ്ങളെക്കുറിച്ചുള്ള ഭൗതികശാസ്ത്രത്തിന്റെ ഭാഗമായ പഠനത്തെ - ഗതികത്തെ - ഗലീലിയോ ഗണിതശാസ്ത്രമാക്കി. തന്റെ മുൻഗാമികളിൽ നിന്ന് വ്യത്യസ്തമായി യുക്തിയുടെ ഭാഷയെ പരീക്ഷണങ്ങളുമായി ബന്ധപ്പെടുത്തിയാണ് അദ്ദേഹം ഇതു സാധിച്ചത്. അരിസ്റ്റോട്ടിലിന്റെ തർക്കശാസ്ത്ര(ലോജിക്)മല്ല ഗലീലിയോവിന്റെ ശാസ്ത്രമാണ് മാനവപുരോഗതിക്ക് തുടർന്നുള്ള നൂറ്റാണ്ടുകളിൽ വഴി തെളിച്ചത്. താപം, പ്രകാശം, ശബ്ദം, വൈദ്യുതി തുടങ്ങി വിവിധ വിഷയങ്ങളുടെ വഴി തെളിച്ചതും ഗലീലിയോയും ന്യൂട്ടനും തന്നെ.

ഗണിതശാസ്ത്ര വിശ്ലേഷണത്തിന്റെ ആരംഭം

അഞ്ചു മേഖലകളിൽ ഉണ്ടായ മുന്നേറ്റങ്ങളെ നാം കണ്ടല്ലോ. ഇവയിൽ സംഭാവ്യതയും അങ്കഗണിതവുമൊഴികെ മറ്റു മൂന്നും കണ്ടിന്വസ് ഗണിതത്തിന്റെ ശാഖകളാണ്. ഇവയിൽതന്നെ കലനം അങ്കഗണിതത്തിലൊഴികെ പ്രയോഗ സാധ്യതയുള്ളതാണ്. അതിനാൽ തന്നെ തുടർന്നുള്ള ഒരു നൂറ്റാണ്ടിലേറെക്കാലം കണ്ടിന്വസ് ഗണിതത്തിന്റെ വസന്തകാലമായിരുന്നു. പ്രഗത്ഭരായ മിക്കവാറും എല്ലാ ഗണിതശാസ്ത്രജ്ഞരും പ്രയുക്ത ഗണിതത്തിലേക്കും തിരിഞ്ഞു. (ഇതാകട്ടെ ബീജഗണിതമടക്കമുള്ള ഡിസ്ക്രീറ്റ് ഗണിതത്തിന്റെ അവഗണനക്കും ഒരു പരിധിവരെ കാരണമായി.) ജ്യാമിതിയിലെയും ജ്യോതിശാസ്ത്രത്തിലെയും എല്ലാ പ്രശ്നങ്ങൾക്കും പരിഹാരം കാണാനുള്ള ഒരു മാന്ത്രികവടി ലഭിച്ച സന്തോഷം ശാസ്ത്രലോകം മുഴുവൻ കാണാറായി. തൊടുന്നതിനെയെല്ലാം പൊന്നാക്കുന്ന ഒരു ആൽക്കെമി!

സാന്തത്യത്തെ, അതിന്റെ എല്ലാ സൂക്ഷ്മ വശങ്ങളെയും, മറ്റു ശാസ്ത്രശാഖകളിലായാലും ശുദ്ധ ഗണിതശാസ്ത്രത്തിലായും പഠിക്കാനുള്ള മാർഗം ന്യൂട്ടന്റെയും ലീബ്നിസിന്റെയും കാൽക്കുലസ് തുറന്നു തന്നു. അനവരതമുള്ള എല്ലാ പരിണാമങ്ങളും പഠിക്കാൻ കാൽക്കുലസ് കൂടാതെ കഴിയില്ല. ഭൗതികശാസ്ത്രത്തിലെ പ്രതിഭാസങ്ങളെ പ്രതിനിധീകരിക്കുന്നത് അവകലന-സമാകലന സമീകരണങ്ങളാണ് (ഡിഫറൻഷ്യൽ അല്ലെങ്കിൽ ഇന്റെഗ്രൽ ഇക്വേഷൻസ്). ന്യൂട്ടനും ലീബ്നിസും രൂപപ്പെ

ടുത്തിയ കാൽക്കുലസിനെ രാകിമിനുക്കിയത് കോഷിയുടെ പ്രതിഭയാണ്.

കാൽക്കുലസ് മാത്രമല്ല, ഗലീലിയോവിന്റേയും ന്യൂട്ടന്റേയും ഗതികവും ആകർഷണ സിദ്ധാന്തവും കൂടി വിശ്ലേഷണത്തിൽ പുതിയ സങ്കൽപ്പങ്ങൾക്ക് വഴി തെളിച്ചിട്ടുണ്ട്. സമാംഗങ്ങളായ (ഹോമോജീനിയസ്) രണ്ടു ഗോളങ്ങൾ തമ്മിലുള്ള ആകർഷണത്തെ അവയുടെ കേന്ദ്രത്തിൽ സ്ഥിതിചെയ്യുന്ന രണ്ട് ബിന്ദുക്കൾ തമ്മിലുള്ള ആകർഷണമായി പരിഗണിക്കാമെന്നതിൽ നിന്നാണ് ആകർഷണ സിദ്ധാന്തം ലഭിക്കുന്നത്. എന്നാൽ ഭൂമിപോലെയുള്ള ഗോളങ്ങൾ തികച്ചും സമാംഗങ്ങളല്ലാത്തതിനാൽ കൂടുതൽ കൃത്യതക്ക് പുതിയ ഏകദങ്ങൾ കണ്ടെത്തി ഉപയോഗിക്കേണ്ടിവന്നു. ഇതിന് ഉദാഹരണമാണ് സ്ഥിതിജ സിദ്ധാന്തത്തിൽ (പൊട്ടെൻഷ്യൽ തിയറി) ഉപയോഗിക്കുന്ന ലെഷാൻഡർ ഫങ്ഷനുകൾ. അതുപോലെ വളരെ നിസ്സാരമെന്നു കാണപ്പെടുന്ന ലോലക (സിമ്പിൾ പെൻഡുലം) ത്തിന്റെ പഠനത്തിന് ദീർഘവൃത്തീയ സമാകലങ്ങൾ (എലിപ്റ്റിക്ക് ഇന്റഗ്രൽസ്) ആവശ്യമാണ്. കോഷിയെ കൂടാതെ ലഗ്രാംഷെ, ഫൂറിയർ തുടങ്ങിയവരുടെ ഗവേഷണഫലമായി (സമ്മിശ്രമടക്കം) ഏകദങ്ങളുടെ സിദ്ധാന്തവും പിറവിയെടുത്തു.

8

ഇതര ജ്യാമിതികൾ

ഇതുവരെ നാം പരിഗണിച്ചുകൊണ്ടിരുന്നത് യൂക്ലിഡിന്റെ ജ്യാമിതിയാണ്. ഇതാകട്ടെ അദ്ദേഹത്തിന്റെ പത്ത് പ്രമാണങ്ങളെ അടിസ്ഥാനപ്പെടുത്തി നിഗമനരീതിയിൽ പടുത്തുയർത്തിയതുമാണ്. ഇവയ്ക്കു പകരം കഴിഞ്ഞ നൂറ്റാണ്ടിന്റെ ആദ്യത്തോടെ ഹിൽബർട്ട് ഇരുപത് പ്രമാണങ്ങൾ ഉപയോഗിച്ച് ഈ ജ്യാമിതിയുടെ അടിത്തറ ശക്തമാക്കിയതും മുമ്പു സൂചിപ്പിച്ചിട്ടുണ്ട്. ഏതായാലും യൂക്ലിഡിന്റെ പ്രമാണങ്ങൾക്കു പകരം മറ്റൊരുകൂട്ടം പ്രമാണങ്ങൾ ഉപയോഗിക്കുകയാണെങ്കിൽ മറ്റൊരു ജ്യാമിതിയും സാധ്യമായിരിക്കണമെന്നത് കേവല യുക്തിയാണ്. എന്നാൽ ഗണിതശാസ്ത്രജ്ഞർ ഈ രീതിയിൽ ചിന്തിക്കാൻ സഹസ്രാബ്ദങ്ങൾ എടുത്തു എന്നു മാത്രം.

സമാന്തര പ്രമാണം

യൂക്ലിഡിന്റെ ജ്യാമിതിയുടെ പ്രമാണങ്ങളും അഭിഗൃഹീതങ്ങളും പൊതുവെ ചോദ്യം ചെയ്യപ്പെടാതെ രണ്ടായിരം വർഷങ്ങളോളം നിലനിന്നെങ്കിലും സമാന്തര രേഖകളെക്കുറിച്ചുള്ള അഭിഗൃഹീതം (പാരലൽ പോസ്റ്റുലേറ്റ്) ആദ്യകാലം മുതൽ തന്നെ മറ്റുള്ളവയിൽ നിന്നും അൽപ്പം വ്യത്യസ്തമായി കാണപ്പെടാതിരുന്നില്ല. അതിന്റെ പ്രസ്താവത്തിലെ ഘടന തന്നെ ഒരു കാരണം. യൂക്ലിഡ് തന്നെ തന്റെ മറ്റ് പ്രമാണങ്ങൾ ഉപയോഗിച്ച് തെളിയിക്കാൻ കഴിയാത്ത ചില പ്രശ്നങ്ങൾ ഉയർന്നുവന്നപ്പോൾ മാത്രമാണ് മടിയോടെയാണെങ്കിലും ഈ പ്രമാണം മുന്നോട്ടുവെച്ചതെന്ന വിശ്വാസം രണ്ടാമത്തെ കാരണം.

യൂക്ലിഡിന്റേതിൽ നിന്നും വ്യത്യസ്തമായ ജ്യാമിതിയുടെ (നോൺ-യൂക്ലിഡിയൽ ജ്യാമിതി) ആരംഭം കുറിക്കുന്നത് മേൽപ്പറഞ്ഞ പ്രമാണ

ത്തെക്കുറിച്ചുള്ള അതൃപ്തിയിൽ നിന്നും ആശങ്കയിൽ നിന്നുമാണ്. ഇതു രണ്ടു വിധത്തിലാണ് ആരംഭിച്ചത്.

എ) സമാന്തരപ്രമാണം ശരിയായ അർഥത്തിൽ ഒരു പ്രമാണം തന്നെയാണോ? അതായത് അത് യൂക്ലിഡിന്റെ മറ്റ് പ്രമാണങ്ങളിൽ നിന്ന് നിഗമിച്ചെടുക്കാനാവുന്നതാണോ, അല്ലയോ?

ബി) ഇതിനേക്കാൾ സ്പഷ്ടമായ ഒരു പ്രമാണം മുന്നോട്ടുവയ്ക്കാനാവുമോ?

ഇതിൽ ആദ്യത്തെ ചോദ്യമുയർത്തിയവരിൽ രണ്ടാം നൂറ്റാണ്ടിൽ ജീവിച്ചിരുന്ന പാപ്പുസും ടോളമിയും ഉൾപ്പെടുന്നു.

അഞ്ചാം നൂറ്റാണ്ടിൽ ജീവിച്ചിരുന്ന, യൂക്ലിഡിന്റെ മൂലകൃതിക്ക് വ്യാഖ്യാനമെഴുതിയ, പ്രോക്ലസ്സിന്റെ അഭിപ്രായത്തിൽ ഈ പ്രമാണത്തിന്റെ വിലോമം (കോൺവേഴ്സ്) യൂക്ലിഡ് തന്നെ തെളിയിച്ചിട്ടുണ്ട്. പതിമൂന്നാം നൂറ്റാണ്ടിൽ ഇതേ പ്രശ്നമേറ്റെടുത്ത മറ്റൊരാളായിരുന്നു പേഴ്സ്യക്കാരനായിരുന്ന നാസിറദ്ദിൻ.

നവോത്ഥാനത്തോടെ യൂറോപ്പും യൂക്ലിഡിനെ പരിചയപ്പെട്ടു. അതോടെ അവരും ഈ സംശയങ്ങളുയർത്തി. ഇംഗ്ലീഷുകാരനായിരുന്ന വാല്ലിസ് (1616-1703), ഇറ്റലിക്കാരൻ സച്ചേരി (1667-1733), ജർമൻ ദാർശനികനും ഗണിതശാസ്ത്രജ്ഞനുമായിരുന്ന ലാമ്പർട്ട് (1728-1777) ഫ്രാൻസിൽ ലഷാണ്ടർ (1752-1833) കാൾ ഗൗസ് എന്നിവർ ഇവരിൽ ചിലരായിരുന്നു. ലഷാണ്ടറാകട്ടെ ഇരുപതു വർഷക്കാലം മുകളിൽ കൊടുത്തവയിൽ ആദ്യത്തെ പ്രശ്നത്തെക്കുറിച്ചുള്ള ഗവേഷണത്തിൽ മുഴുകിയിരുന്നു. എന്നാൽ അദ്ദേഹം തന്ന വിവിധങ്ങളായ തെളിവുകൾക്കെല്ലാം ഒരു ദോഷമുണ്ടായിരുന്നു - ഇവയെല്ലാം പ്രമാണങ്ങളായി കരുതാനാവാത്ത ചില പരികൽപ്പനകളെ അടിസ്ഥാനമാക്കിയായിരുന്നു.

രണ്ടാമത്തെ പ്രശ്നത്തിന്റെ കാര്യത്തിലാകട്ടെ, പകരം വെച്ച പ്രമാണങ്ങളൊന്നും യൂക്ലിഡിന്റേതിനേക്കാൾ വിശ്വസനീയമായിരുന്നില്ല. മുകളിൽ പറഞ്ഞവരിൽ ജെറോ ലാമൊ സച്ചേരി പ്രഖ്യാപിച്ചു: “യൂക്ലിഡിന് തെറ്റു പറ്റിയിട്ടില്ല.” ഇതെല്ലാം കണ്ട് മടുത്ത ഡി ആലംബർട്ട് ‘യൂക്ലിഡിനെതിരായ അപവാദ പ്രചരണ’മെന്ന് പോലും രോഷംകൊള്ളുകയുണ്ടായി.

ഇതിനിടെ ഒരു പ്രധാന കാൽവെപ്പായിരുന്നു ഹെംസ്റ്റാസ് യൂണിവേഴ്സിറ്റിയിലെ പ്രൊഫസർ ആയിരുന്ന ജോർജ് എസ്. ക്ലൂഗന്റെ നിരീക്ഷണം. “നാം യൂക്ലിഡിന്റെ പ്രമാണങ്ങൾ അംഗീകരിക്കുന്നത് സ്വന്തം അനുഭവങ്ങൾ സാക്ഷ്യപ്പെടുത്തുന്നത് മൂലമാണ്. അതായത് സ്വയം പ്രകാശിതങ്ങളെന്നതിനേക്കാൾ അനുഭവമാണ് ഒരു പ്രമാണത്തെ ശരിവയ്ക്കുന്നത്.”

ഇതിന്റെ വെളിച്ചത്തിൽ ലാമ്പർട്ട് ജ്യാമിതിയെക്കുറിച്ച് ഒരു പ്രധാന നിരീക്ഷണം നടത്തി: “വൈരുധ്യങ്ങളിലേക്കു നയിക്കാത്ത ഏതൊരു കൂട്ടം പരികൽപ്പനകളും ഒരു സാധ്യതയുള്ള ജ്യാമിതി ഉണ്ടാക്കാൻ സഹാ

യിക്കുന്നു. അതിന്റെ അടിസ്ഥാനത്തിൽ മെനഞ്ഞെടുത്ത രൂപങ്ങൾക്ക് നാം സാധാരണ കണ്ടുമുട്ടുന്ന വസ്തുക്കളുടെ രൂപങ്ങളുമായി ഒരു ബന്ധവുമുണ്ടായിരിക്കണമെന്നില്ല!"

ഗലീലിയോ, ന്യൂട്ടൻ എന്നിവരുടെ പുതിയ ശാസ്ത്രീയ വീക്ഷണങ്ങളോടൊപ്പം ഉയർന്നു വന്ന മറ്റൊരു പ്രശ്നമാണ് ഭൗതിക പ്രപഞ്ചവും യൂക്ലിഡിന്റെ ജ്യാമിതിയിലൂടെ അനാവരണം ചെയ്യപ്പെടുന്ന പ്രപഞ്ചവും തമ്മിലുള്ള ബന്ധം. ഇവ വ്യത്യസ്തങ്ങളാണെങ്കിലും (ന്യൂട്ടനും ഇത് ഊന്നിപ്പറഞ്ഞിട്ടുണ്ട്) ഭൗതിക പ്രപഞ്ചത്തിന്റെ പഠനത്തിന് ഏറ്റവും അനുയോജ്യമായത് യൂക്ലിഡിയൻ ജ്യാമിതിയാണെന്ന് പരക്കെ അംഗീകരിക്കപ്പെട്ടു കഴിഞ്ഞിരുന്നു. മാത്രമല്ല അങ്കഗണിതം, ബീജഗണിതം, ഗണിതശാസ്ത്ര വിശ്ലേഷണം എന്നിവയെ ജ്യാമിതിയുമായി ബന്ധപ്പെടുത്തി അവയുടെ അടത്തറകൂടി ശക്തമാക്കാനുള്ള ശ്രമവും ആരംഭിച്ചിരുന്നു.

ഇതോടൊപ്പം ഉയർന്നു വന്ന മറ്റൊരു ചോദ്യമായിരുന്നു ന്യൂട്ടോണിയൻ ശാസ്ത്രത്തിന്റെ അപ്രമാദിത്വവും. പതിനെട്ടാം നൂറ്റാണ്ടിന്റെ അവസാനത്തോടെ അതിനുള്ള ഉത്തരവും യൂക്ലിഡിന്റെ ജ്യാമിതിപോലെ സാർവത്രികമായ അംഗീകാരമായിരുന്നു.

ജ്യാമിതിയിൽ എടുത്തുപറയേണ്ട ഒന്നാണ് ഫെർഡിനന്റ് കാൾ ഷെയ്കാർട്ടിന്റെ സംഭാവനകൾ. നിയമത്തിന്റെ പ്രൊഫസറായിരുന്ന അദ്ദേഹത്തിന്റെ ഒരു വിനോദമായിരുന്നു ഗണിതശാസ്ത്രപഠനവും ഗവേഷണവും. സച്ചേരി, ലാമ്പർട്ട് എന്നിവർ അദ്ദേഹത്തെ സ്വാധീനിച്ചിരുന്നു. 1818-ൽ ഗൗസി നയിച്ച തന്റെ ഗവേഷണഫലങ്ങളിൽ അദ്ദേഹം രണ്ടു ജ്യാമിതികളെ കുറിച്ചു പറഞ്ഞിരുന്നു. ഇതിൽ ഒന്ന് യൂക്ലിഡിന്റെ ജ്യാമിതി തന്നെ. എന്നാൽ രണ്ടാമത്തേത് ത്രികോണത്തിലെ കോണുകളുടെ തുക 180^0 എന്ന യൂക്ലിഡിയൻ ജ്യാമിതിയുടെ നിബന്ധന ഒഴിവാക്കിക്കൊണ്ടുള്ളതായിരുന്നു. ഇതിനെ അദ്ദേഹം നക്ഷത്ര ജ്യാമിതി (അസ്ടൽ ജ്യോമട്രി) എന്നു വിളിച്ചു. കാരണം ഇത് താരങ്ങൾ നിറഞ്ഞ ആകാശത്തെക്കുറിച്ചുള്ളതാണത്രെ.

ഷെയ്കാർട്ടിന്റെ മരുമകനായിരുന്ന ഫ്രാൻസ് അഡോൾഫ് ടോറിനസ് അമ്മാവന്റെ നിർദേശപ്രകാരം ഈ പുതിയ ജ്യാമിതിയുടെ പഠനം ഏറ്റെടുത്തു. എന്നാൽ അദ്ദേഹം എത്തിച്ചേർന്ന നിഗമനം ഭൗതിക പ്രപഞ്ചത്തെ സംബന്ധിച്ചിടത്തോളം യൂക്ലിഡിന്റെ ജ്യാമിതി തന്നെയാണ് ശരിയെന്നാണ്; നക്ഷത്ര ജ്യാമിതിയും യുക്തിഭദ്രം തന്നെയെങ്കിലും. സാങ്കൽപ്പിക ആരമുള്ള ഒരു ഗോളത്തിന്റെ ഉപരിതലത്തിന്റെ ജ്യാമിതിയാണ് ഈ പുതിയ ജ്യാമിതിയെന്നാണ് അദ്ദേഹം കണ്ടെത്തിയത്.

മേൽപ്പറഞ്ഞ ഗവേഷണങ്ങളിൽനിന്ന് ലാമ്പർട്ട് തുടങ്ങിയവർക്ക് ഒരു കാര്യം വ്യക്തമായിരുന്നു - സമാന്തരങ്ങളെക്കുറിച്ചുള്ള യൂക്ലിഡിന്റെ പ്രമാണത്തിൽ തെറ്റില്ല. അത് മറ്റു പ്രമാണങ്ങൾ ഉപയോഗിച്ച് തെളിയിക്കാൻ സാധ്യമല്ലെന്നതിനാൽ ഒരു സ്വതന്ത്ര പ്രമാണം തന്നെയാണ്. എന്നാൽ ലാമ്പർട്ട്, ഷെയ്കാർട്ട്, ടോറിനസ് എന്നിവർക്ക് ഒരു കാര്യം

കൂടി ബോധ്യമായി. യൂക്ലിഡിന്റെ പ്രമാണത്തിനു വിരുദ്ധമായ അല്ലെങ്കിൽ വ്യതസ്തമായ മറ്റൊരു പ്രമാണം ഉപയോഗപ്പെടുത്തുകയാണെങ്കിൽ വ്യത്യസ്തമായ ഒരു ജ്യാമിതി ലഭിക്കുന്നു. ഇത്തരം ജ്യാമിതിയുടെ ഉപയോഗത്തെക്കുറിച്ച് ഇവർ ഒന്നും പറഞ്ഞില്ല. ഭൗതിക പ്രപഞ്ചത്തിന്റെ പഠനത്തിന് ഉപകരിക്കയില്ലെന്നു മാത്രം. നക്ഷത്ര ജ്യാമിതിയുടെ ഉപജ്ഞാതാവായിരുന്ന ഷെയ്കാർട്ട് മാത്രം ഇത് നക്ഷത്ര ലോകത്തിന് ബാധകമാകാമെന്ന് വിശ്വസിച്ചിരുന്നു. ഇതിൽനിന്നു മുന്നോട്ടുപോയി യൂക്ലിഡിന്റേതിൽ നിന്നു വ്യത്യസ്തമായ ജ്യാമിതിയും ഭൗതിക പ്രപഞ്ച പഠനത്തിൽ പ്രസക്തമാണെന്ന് ആദ്യമായി ബോധ്യപ്പെട്ട ഒരാൾ കാൾ ഗൗസ് ആയിരുന്നു.

യൂക്ലിഡിയേതര ജ്യാമിതി

യൂക്ലിഡിന്റെ സമാന്തര പ്രമാണത്തിന്റെ ശരിയെക്കുറിച്ച് ഗൗസിനു മാത്രമല്ല ഗോട്ടിങ്ങ്ചൻ സർവകലാശാലയിലെ അദ്ദേഹത്തിന്റെ സഹപ്രവർത്തകർക്കും നേരത്തേ ബോധ്യമായിരുന്നു. ഈ പ്രമാണമില്ലാത്ത ഒരു ജ്യാമിതിയെക്കുറിച്ചും 1790 കളിൽ തന്നെ അദ്ദേഹം ബോധവാനായിരുന്നു. 1813 മുതൽ അദ്ദേഹം രൂപപ്പെടുത്തിയ ജ്യാമിതിയെ ആദ്യം യൂക്ലിഡ് വിരുദ്ധ (ആന്റി യൂക്ലിഡിയൻ) ജ്യാമിതി എന്നും പിന്നീട് നക്ഷത്ര (അസ്ട്രൽ) ജ്യാമിതി എന്നും ഒടുവിൽ യൂക്ലിഡിയേതര (നോൺ യൂക്ലിഡിയൻ) ജ്യാമിതി എന്നും വിളിച്ചു. അതിന്റെ യുക്തിഭദ്രതയെക്കുറിച്ചു മാത്രമല്ല ഉപയോഗത്തെക്കുറിച്ചു പോലും അദ്ദേഹത്തിന് അറിയാമായിരുന്നു. എന്നാൽ അദ്ദേഹത്തിന്റെ ഗവേഷണഫലങ്ങൾ പ്രസിദ്ധീകരിച്ചിരുന്നില്ല എന്നതിനാൽ യൂക്ലിഡിയേതര ജ്യാമിതിയുടെ പിതൃത്വത്തെക്കുറിച്ചുള്ള തർക്കത്തിൽ അദ്ദേഹം കക്ഷിയായിരുന്നില്ല. 1799 ൽ തന്നെ ജ്യാമിതിയെക്കുറിച്ചുള്ള തന്റെ ആശയങ്ങൾ ഗൗസ് സുഹൃത്തായിരുന്ന വോൾഫാങ്ങ് ഫർകാസ് ബോളിയക്കുള്ള കത്തിൽ വിശദീകരിച്ചിരുന്നു.

വോൾഫാങ്ങ് ബോളിയയുടെ പുത്രൻ ജോൺ ബോളിയ (1802–60) നിക്കോളായ് ഇവാനോവിച്ച് ലോബാഷേവ്സ്കി (1793 –1856) എന്നിവരായിരുന്നു പുതിയ ജ്യാമിതിയുടെ പിതൃത്വത്തെക്കുറിച്ചുള്ള തർക്കത്തിലുണ്ടായിരുന്നവർ.

ബോളിയ

ജ്യാമിതിയിൽ ഇരുപതു വർഷത്തോളം നടത്തിയ ഗവേഷണങ്ങളുടെ ഫലങ്ങൾ 1840 ൽ പുറത്തിറങ്ങിയ ഗ്രന്ഥത്തിൽ ലോബാഷേവ്സ്കി സംഗ്രഹിച്ചിരുന്നു. തന്റെ പുതിയ ജ്യാമിതിയെ 'അവാസ്തവിക (ഇമാജിനറി) ജ്യാമിതി എന്നാണ് അദ്ദേഹം വിളിച്ചത്. തന്റെ ഗവേഷണഫല

ലോബാഷേവ്സ്കി

ങ്ങൾ വേണ്ടത്ര ശ്രദ്ധിക്കപ്പെടാതെ പോയതായി അദ്ദേഹം സങ്കടപ്പെട്ടുമിരുന്നു. അന്ധത ബാധിച്ചതിനു ശേഷമാണ് തന്റെ അവസാന കൃതി 1855 -ൽ അദ്ദേഹം പ്രസിദ്ധീകരിച്ചത്.

ലോബാഷേവ്സ്കിയുടെ കൃതിയിലെ ആദ്യഭാഗങ്ങൾ യൂക്ലിഡിന്റെ ആദ്യത്തെ ഒമ്പതു പ്രമാണങ്ങൾ ഉപയോഗിച്ചുള്ളവയായതിനാൽ അവ യൂക്ലിഡിന്റേതിൽ നിന്നും വ്യത്യസ്തമല്ല. എന്നാൽ ഏഴാം അധ്യായത്തിൽ സമാന്തര പ്രമാണത്തിനു പകരം അദ്ദേഹം താഴെ കാണുന്ന പ്രമാണം മുന്നോട്ടുവെച്ചു:

> AB എന്ന ഒരു രേഖയും അതിന്മേലല്ലാത്ത C എന്ന ഒരു ബിന്ദുവും തന്നെന്നിരിക്കട്ടെ. Cയിൽ കൂടി കടന്നുപോകുന്ന രേഖകളെയെല്ലാം നമുക്ക് രണ്ടു വ്യത്യസ്ത വിഭാഗങ്ങളിൽപ്പെടുത്താം - ABയെ സന്ധിക്കുന്ന രേഖകളും സന്ധിക്കാത്ത രേഖകളും. ഈ രണ്ടു വിഭാഗങ്ങളെ വേർതിരിക്കുന്ന രേഖകളാകട്ടെ രണ്ടാമത്തെ കൂട്ടത്തിൽ പെടുന്നു. ഈ കൂട്ടത്തിലെ രേഖകളെ സമാന്തര രേഖകളെന്നു പറയുന്നു.

ഇതിന്റെ സാങ്കേതിക വശങ്ങളിലേക്ക് കടക്കാനുദ്ദേശിക്കുന്നില്ല.

ജോൺ ബോളിയ ഒരു ഹങ്കേറിയൻ സൈനികോദ്യോഗസ്ഥനായിരുന്നു. തന്റെ പിതാവിന്റെ ഒരു പുസ്തകത്തിന് എഴുതിച്ചേർത്ത ഒരു അനുബന്ധത്തിലാണ് അദ്ദേഹം തന്റെ പുതിയ ജ്യാമിതി അവതരിപ്പിച്ചത്. ഇതിനെ അദ്ദേഹം നിരപേക്ഷ ജ്യാമിതി (ആബ്സൊലൂട്ട് ജ്യോമട്രി) എന്നാണ് വിളിച്ചത്. 1825-ഓടെ അദ്ദേഹം തന്റെ ജ്യാമിതി രൂപപ്പെടുത്തിയിരുന്നു. ലോബാഷേവ്സ്കിയുടെ കൃതി കണ്ട അദ്ദേഹം തന്റെ ഗവേഷണഫലങ്ങൾ മോഷ്ടിച്ചതാണെന്ന് ആരോപണമുന്നയിച്ചു. എന്നാൽ ഗൗസ് ആകട്ടെ വോൾഫാങ്ങിനെഴുതി : “താങ്കളുടെ പുത്രന്റെ കൃതി വായിച്ചു. അതിനെ പുകഴ്ത്താൻ ഞാൻ തയ്യാറല്ല - കാരണം ഒരുവൻ തന്നെത്തന്നെ പുകഴ്ത്തരുതല്ലോ!”

യൂക്ലിഡിയേതര ജ്യാമിതി ഗ്രീക്കു പ്രഭവകാലത്തിനു ശേഷമുള്ള ഏറ്റവും വിപ്ലവകരമായ മുന്നേറ്റമായിരുന്നു. യൂക്ലിഡിന്റെ ജ്യാമിതിയിൽ നിന്ന് ഇത് എങ്ങനെ വ്യത്യസ്തമാണെന്നു കാണുന്നതിനുവേണ്ടി നമുക്ക് ത്രികോണങ്ങൾ തന്നെ പരിഗണിക്കാം. ലോബാഷേവ്സ്കിയുടെ ജ്യാമിതിയിൽ ത്രികോണത്തിലെ കോണുകളുടെ തുക സാധാരണ നിലയിൽ 180^0ക്ക് താഴെയാണ്. ത്രികോണത്തിന്റെ വിസ്തീർണം കൂടുന്നതിനുസ

രിച്ച് ഇത് വീണ്ടും കുറയുന്നു. നേരെമറിച്ച് വിസ്തീർണം കുറയുന്നതനുസരിച്ച് ഈ തുക കൂടുന്നു. വിസ്തീർണം പൂജ്യമാകുന്നതോടെ ഈ തുക 180^0 ആകുന്നു!

ഇതോടൊപ്പം കാണേണ്ട മറ്റൊരു കാര്യമുണ്ട്. ഈ ജ്യാമിതി ആദ്യകാലങ്ങളിൽ, ലോബാഷേവ്സ്കി പരാതിപ്പെട്ടപോലെ, ശാസ്ത്രലോകത്ത് വേണ്ടത്ര ശ്രദ്ധിക്കപ്പെട്ടിരുന്നില്ല. 1830-40കളിൽ ജ്യാമിതിയുടെ കാര്യത്തിൽ പ്രധാനമായും ശ്രദ്ധ കേന്ദ്രീകരിച്ചിരുന്നത് പ്രക്ഷേപക ജ്യാമിതിയിലാണ്. 1855 ൽ ഗൗസിന്റെ മരണശേഷം അദ്ദേഹത്തിന്റെ കത്തിടപാടുകൾ പ്രസിദ്ധീകൃതമായ ശേഷമാണ് യൂക്ലിഡിയേതര ജ്യാമിതി ശ്രദ്ധ പിടിച്ചുപറ്റിയത്. അര ശതാബ്ദത്തിനുശേഷം ഈ ജ്യാമിതിയുടെ ഒരു രൂപം ആപേക്ഷികതാ സിദ്ധാന്തത്തിൽ സ്ഥാനം കണ്ടെത്തി.

യൂക്ലിഡിയൻ ജ്യാമിതിയാണ് ഭൗതിക പ്രപഞ്ചത്തിന്റെ ജ്യാമിതി എന്ന് തീർത്തു പറയാൻ കഴിയാതിരുന്നതുകൊണ്ട് അതിനെ ബലതന്ത്രത്തോടാണ് ബന്ധപ്പെടുത്തിയിരുന്നത്. അതിനാൽ സംഖ്യ, രൂപം എന്നീ ഗണിതശാസ്ത്ര വിഷയങ്ങളിൽ രൂപത്തെ മാറ്റി നിർത്തി ഗണിതശാസ്ത്രജ്ഞർ 'സത്യാന്വേഷണം' അങ്കഗണിതത്തിലും അതിൽനിന്നുയർന്നു വിശ്ലേഷണത്തിലേക്കുമായി പരിമിതപ്പെടുത്തി. എന്നാൽ അങ്കഗണിതത്തിലുള്ള ഈ വിശ്വാസവും അത്ഭുതകരമായിരുന്നു. കാരണം ഇക്കാലത്ത് അതിന്റേയും അടിത്തറ ഭദ്രമായിരുന്നില്ല. ചുരുക്കത്തിൽ അങ്കഗണിതം, ബീജഗണിതം, വിശ്ലേഷണം എന്നിവയിലുള്ള ഈ വിശ്വാസവും അനുഭവൈകം (എമ്പിരിക്കൽ) മാത്രമായിരുന്നു.

പ്രക്ഷേപക ജ്യാമിതി

നിർദേശാങ്ക ജ്യാമിതിയുടെ പിറവിയോടെ ഏകദേശം ഒരു നൂറ്റാണ്ടോളം ജ്യാമിതിയിൽ വിശ്ലേഷണവും (അനാലിസിസ്) ബീജഗണിതവും മേൽക്കൈ നേടി. ഉദ്ഗ്രഥന രീതി (സിന്തസിസ്) പിറകോട്ടു തള്ളപ്പെട്ടു. ഇത് ഒരു വലിയ വിഭാഗം ഗണിതശാസ്ത്രജ്ഞരെ അലോസരപ്പെടുത്തി. ജ്യാമിതിതന്നെ ഒരു രീതിശാസ്ത്രമാണ്. ജ്യാമിതീയ മാതൃകകൾ പലപ്പോഴും പ്രശ്നങ്ങളെക്കുറിച്ച് ഉൾക്കാഴ്ച നൽകാൻ സഹായിക്കും. എന്നാൽ നിർദേശാങ്ക ജ്യാമിതി അഥവാ വിശ്ലേഷക ജ്യാമിതി യഥാർഥത്തിൽ ജ്യാമിതിയേ അല്ലെന്ന് ഇവർ ശക്തമായി വാദിച്ചു. കാരണം ബീജഗണിതമാണ് ഈ രീതിയുടെ അടിസ്ഥാനംതന്നെ. മാത്രമല്ല വിശ്ലേഷണ രീതിയിൽ ജ്യാമിതിയുടെ പല സൂക്ഷ്മാംശങ്ങളും അവഗണിക്കപ്പെടുന്നു. പലപ്പോഴും നിർധാരണ ഫലത്തിന് ജ്യാമിതീയമായ വ്യാഖ്യാനം പോലും വ്യക്തമല്ലാതാവുന്നു. ഇതുകൂടാതെ ഡെക്കാർത്തെ തന്നെ ചൂണ്ടിക്കാട്ടിയ ഒരു വസ്തുതയെ അടിസ്ഥാനമാക്കി തന്നെ അദ്ദേഹത്തിന്റെ ജ്യാമിതി വിമർശിക്കപ്പെട്ടു: "ജ്യാമിതി പ്രപഞ്ചമെന്ന സത്യത്തെ അടിസ്ഥാനമാക്കിയുള്ള ശാസ്ത്രമാണ്. എന്നാൽ ബീജഗ

ഗസ്പാഡ് മോംഷെ

ണിതവും വിശ്ലേഷണവും അങ്കഗണിതത്തിന്റെതന്നെ സത്യസന്ധമായ പ്രകാശനങ്ങളായിക്കൊള്ളണമെന്നില്ല" (ഈ വാദഗതി പത്തൊമ്പതാം നൂറ്റാണ്ടിന്റെ ആരംഭം വരെ തന്നെ ശക്തമായിരുന്നു.) അതുകൊണ്ടുതന്നെ അവയെ ആധാരമാക്കിയുള്ള ജ്യാമിതിയും.

പത്തൊമ്പതാം നൂറ്റാണ്ടിന്റെ ആരംഭത്തിൽ ശുദ്ധ ജ്യാമിതിക്കാരുടെ ഡെക്കാർത്തെയോടുള്ള എതിർപ്പ് കഠിനമായിരുന്നു. ഉദ്ഗ്രഥന രീതിയുടെ തിരിച്ചുവരവിന് നേതൃത്വം നൽകിയത് ഗസ്പാഡ് മോംഷെ ആയിരുന്നു. ഒരു ത്രിമാന വസ്തുവിന്റെ ജ്യാമിതി പരസ്പരം ലംബങ്ങളായ രണ്ടു സമതലങ്ങളിലെ പ്രക്ഷേപണങ്ങളിൽ നിന്ന് എങ്ങനെ സൃഷ്ടിച്ചെടുക്കാമെന്ന് അദ്ദേഹം വിശദീകരിച്ചു. ചാൾസ് ഡ്യൂപിൻ, ജീൻ ബാപ്റ്റിസ്റ്റ് ബയോട്ട് എന്നിവരുടെ ശ്രമഫലമായി ഭാവിയിലെ ജ്യാമിതി പ്രക്ഷേപക ജ്യാമിതിയാണെന്ന വിശ്വാസംതന്നെ ഒരുകാലത്ത് അടിയുറച്ചു.

പ്രക്ഷേപക ജ്യാമിതി പരിപ്രേക്ഷ്യവുമായി (പേർസ്പെക്ടീവ്) ബന്ധപ്പെട്ടിരിക്കുന്നു. ഒരു ത്രിമാനവസ്തുവിനെ ഒരു സമതലത്തിൽ വരക്കുമ്പോൾ ഈ പ്രശ്നം ഉയർന്നു വരുന്നു. ഈ നിലയ്ക്ക് ഈ ജ്യാമിതിയുടെ അംശങ്ങൾ യൂക്ലിഡിന്റേയും ലിയൊണാർഡൊ ഡാവിഞ്ചിയുടെയുമെല്ലാം കൃതികളിൽ കാണാം. പത്തൊമ്പതാം നൂറ്റാണ്ടിന്റെ ആരംഭത്തിൽ പോൺസ്ലെറ്റാണ് ഇതിനെ ഒരു സ്വതന്ത്ര പഠനശാഖയാക്കി വികസിപ്പിച്ചത്. ഒരു പ്രതലത്തിന്റേയോ ത്രിമാന വസ്തുവിന്റെയോ പ്രക്ഷേപക രൂപാന്തരണത്തിൽ (പ്രൊജക്ടീവ് ട്രാൻസ് ഫോർമേഷൻ) അചരങ്ങളായ ഗുണവിശേഷങ്ങൾ അദ്ദേഹം വേർതിരിച്ചെടുത്തു. ഉദാഹരണമായി A, B, C, D എന്നിവ ഒരു നേർരേഖയിൽ കിടക്കുന്ന നാലു ബിന്ദുക്കളാണെങ്കിൽ അവയുടെ പ്രതികൂലാനുപാത (ക്രോസ് റേഷ്യോ)മായ AC/CB : AD/DB ഒരു പ്രക്ഷേപക അചരമാണ് (പ്രൊജക്ടീവ് ഇൻവേരിയന്റ്).

മോംഷെയുടെ വിദ്യാർഥിയായിരുന്ന പോൺസ്ലെറ്റ് നെപ്പോളിയന്റെ ഒരു സഹായിയായിരുന്നു. റഷ്യൻ ആക്രമണ കാലത്ത് സൈനിക ഉദ്യോഗസ്ഥനായിരുന്ന അദ്ദേഹത്തെ 1813–14 കാലത്ത്

ജീൻ വിക്ടർ പോൺസ്ലെറ്റ്

സാറിസ്റ്റ് റഷ്യ തടവുകാരനാക്കി ജയിലിലടച്ചു. എന്നാൽ ഈ കാലത്ത് പുസ്തകങ്ങളുടെയൊന്നും സഹായമില്ലാതെ തന്നെ അദ്ദേഹം ജയിലിൽ ഗവേഷണം തുടർന്നു.

എർലാങ്ങർ പദ്ധതി

ബീജഗണിതവും അങ്കഗണിതവും വിശ്ലേഷണവുമായി ബന്ധപ്പെട്ട് ജ്യാമിതിക്ക് ഇനിയും ശാഖകളുണ്ട്. അവയുടെ വിശദീകരണത്തിലേക്ക് കടക്കുന്നില്ല. രൂപാന്തരണത്തിന്റെ വീക്ഷണകോണിൽ നിന്ന് ജ്യാമിതിയുടെ വർഗീകരണത്തെക്കുറിച്ചു നാം നേരത്തേ പരാമർശിച്ചിട്ടുണ്ട്. പ്രസിദ്ധ ഗണിതശാസ്ത്രജ്ഞനായിരുന്ന ക്ലെയിൻ എർലാങ്ങൻ സർവകലാശാലയിൽ അധ്യാപകനായി ചേർന്നപ്പോൾ നൽകിയ പ്രസംഗം 'എർലാങ്ങർ പ്രോഗ്രാം' എന്ന പേരിൽ അറിയപ്പെടുന്നു (1872). അദ്ദേഹത്തിന്റെ അഭിപ്രായത്തിൽ ഓരോ ജ്യാമിതിയോടും അനുബന്ധിച്ച് ഒരു രൂപാന്തരണ വർഗം (ട്രാൻസ്ഫോർമേഷൻ ഗ്രൂപ്പ്) ഉണ്ട്. ഈ ഗ്രൂപ്പ് ജ്യാമിതിയേതെന്നു നിശ്ചയിക്കുന്നു. ഉദാഹരണത്തിന് ദ്വിമാന പ്രക്ഷേപക ജ്യാമിതിയിൽ പഠിക്കുന്നത് ഒരു സമതലത്തിൽനിന്ന് മറ്റൊന്നിലേക്കുള്ള താഴെപറയുന്ന വിധത്തിലുള്ള രൂപാന്തരണത്തിലെ അചരങ്ങളുടെ പഠനമാണ്:

$$x^1 = \frac{a_{11}x+a_{12}y+a_{13}}{a_{31}x+a_{32}y+a_{33}}$$

$$y^1 = \frac{a_{21}x+a_{22}y+a_{23}}{a_{31}x+a_{32}y+a_{33}}$$

ഈ രൂപാന്തരണങ്ങളിൽ രേഖാഖണ്ഡങ്ങൾ രേഖാഖണ്ഡങ്ങളിലേക്കും, കോണികങ്ങൾ അതേ രൂപങ്ങളിലേക്കും ചിത്രണം ചെയ്യപ്പെടുന്നു. ഒരു നേർരേഖയിൽ കിടക്കുന്ന നാലു ബിന്ദുക്കൾ എടുക്കുകയാണെങ്കിൽ അവയുടെ പ്രതികൂലാനുപാതം അചരമായിരിക്കും.

ക്ലെയിൻ വിവിധ ജ്യാമിതികൾ വർഗീകരിക്കുകയും അവ തമ്മിലുള്ള ബന്ധം ചൂണ്ടിക്കാട്ടുകയും ചെയ്തിട്ടുണ്ട്. യൂക്ലിഡിയൻ ജ്യാമിതി ഇതുപ്രകാരം പ്രക്ഷേപക ജ്യാമിതിയുടെ ഒരു ഉപവിഭാഗമാണ്.

ഫെലിക്സ് ക്ലെയിൻ

സംസ്ഥിതി

"മറ്റെല്ലാ ഗുണവിശേഷങ്ങളിൽ നിന്നും വേർപെടുത്തി തൽസംബന്ധമായ ഒരു ഗുണവിശേഷം മാത്രം അമൂർത്തവൽക്കരിക്കുകയാണെങ്കിൽ ജ്യാമിതീയം എന്നു വിളിക്കാൻ അർഹമാകുന്നത് 'തൊട്ടുരുമ്മൽ' എന്നതാണ്."

യൂക്ലിഡിയൻ ജ്യാമിതിയുടെ ബന്ധനത്തിൽ നിന്ന് കുതറി മാറി പുതിയൊരു ജ്യാമിതി രൂപപ്പെടുത്തിയ ലോബാഷേവ്സ്കിയുടെ വാക്കുകളാണ് മുകളിൽ കൊടുത്തിരിക്കുന്നത്. തുടർന്ന് അദ്ദേഹം പറയുന്നു : "തൊട്ടുരുമ്മുന്ന രണ്ടു വസ്തുക്കൾ ചേർന്ന് ഒരു വസ്തു ഉണ്ടാകുന്നു. മറിച്ച് ഒരു വസ്തുവിനെ ഖണ്ഡിച്ച് നമുക്ക് രണ്ടാക്കാം." ഉദാഹരണമായി ഒരു സമചതുരത്തിനെ വികർണത്തിലൂടെ മുറിച്ചാൽ രണ്ട് ത്രികോണങ്ങൾ ലഭിക്കുന്നു. മറിച്ച് രണ്ടു ത്രികോണങ്ങളുടെ പൊരുത്തമുള്ള വശങ്ങൾ ചേർത്ത് നമുക്ക് ഒരു ചതുർഭുജവുമുണ്ടാക്കാൻ സാധിക്കും.

തൊട്ടുരുമ്മൽ, സാമീപ്യം, പ്രതിവേശം (നെയ്ബർഹുഡ്) എന്നിവയും ഇവയ്ക്കു വിപരീതമായ വിഛേദനവുമാണ് അദ്ദേഹം ജ്യാമിതീയ ഘടനകളുടെ അടിസ്ഥാനമായി കരുതിയത്. ഇവ തന്നെയാണ് നാം ഇന്നറിയുന്ന സംസ്ഥിതി(ടോപോളജി)യുടേയും അടിസ്ഥാന സങ്കൽപ്പങ്ങൾ.

തൊട്ടുരുമ്മൽ എന്ന ഗുണവിശേഷത്തിന് പരിക്കേൽപ്പിക്കാത്ത ഒരു ജ്യാമിതീയ രൂപത്തിന്റെ ഏതൊരു രൂപാന്തരണത്തേയും നാം അവിരതം (കണ്ടിന്വസ്) എന്നു പറയുന്നു. സാമീപ്യം നശിക്കുന്നില്ലെന്നു മാത്രമല്ല പുതിയ സാമീപ്യങ്ങൾക്ക് ജന്മം നൽകുന്നുമില്ലെങ്കിൽ അത്തരം രൂപാന്തരണത്തെ ടോപോളജീയം എന്നു പറയുന്നു. ഇത്തരമൊരു മാറ്റത്തിൽ തൊട്ടുതൊട്ടു കിടക്കുന്ന ഭാഗങ്ങൾ അങ്ങനെ തന്നെ കിടക്കുന്നു. അകന്നു കിടക്കുന്നവയെ തൊടുവിക്കുന്നുമില്ല. ചുരുക്കത്തിൽ ഇവിടെ മുറിപ്പെടുത്തലോ ഒട്ടിച്ചു ചേർക്കലോ അനുവദനീയമല്ല.

ഇത്തരമൊരു രൂപാന്തരണത്തിൽ രണ്ടു ബിന്ദുക്കളെ ചേർത്ത് ഒരു പുതിയ ബിന്ദു ഉണ്ടാകാനും സാധ്യമല്ല - കാരണം ഇതുമൂലം ഒരു പുതിയ സ്പർശ ബിന്ദു ജനിക്കുന്നു. അതിനാൽ ഒരു രൂപത്തെ ബിന്ദുക്കളുടെ അടുക്കിവച്ചുണ്ടാക്കിയ ഒരു ഘടനയായി കണക്കാക്കുകയാണെങ്കിൽ അതിന്റെ ടോപോളജീയ രൂപാന്തരം അവിരതം മാത്രമല്ല ഏകൈകികവുമാകണം. (വൺ-ടു-വൺ).

വൃത്തം ഒരു ലഘു സംവൃത വക്രരേഖ (സിംപിൾ ക്ലോസ്ഡ് കർവ്) ആണ്. അതിനെ നമുക്ക് ചിത്രത്തിൽ കാണിച്ചിരിക്കുന്നപോലെ ടോപോളജീയ രൂപാന്തരണങ്ങൾക്ക് വിധേയമാക്കാം.

ഇത്തരം രൂപാന്തരണങ്ങളിലെല്ലാം 'ലഘു സംവൃത വക്രരേഖ' എന്ന ഗുണവിശേഷത്തിനു മാറ്റം വരുന്നില്ല. അതുകൊണ്ട് ഇതിനെ നാം ഒരു ടോപോളജീയ ഗുണവിശേഷം എന്നു പറയുന്നു.

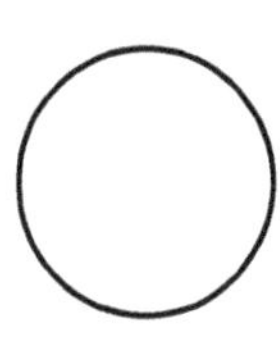

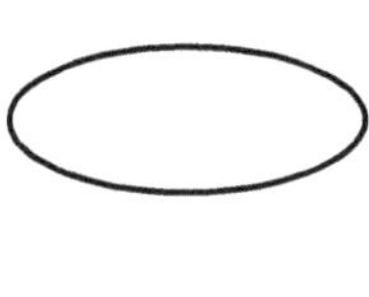

കുറച്ച് കുഴച്ച കളിമണ്ണെടുക്കുക. അതിനെ ഉരുട്ടി നമുക്ക് ഗോളാകൃതിയാക്കാം, ഒരു ചതുരക്കട്ടയാക്കാം, ഉഴുന്നുവടപോലെ നടുക്കൊരു തുള തുളച്ച് ഒരു വളയത്തിന്റെ ആകൃതിയിലാക്കാം. എന്നാൽ ഇവിടെ ഒരു രൂപത്തിൽനിന്ന് മറ്റൊരു രൂപത്തിലേക്കുള്ള മാറ്റം ടോപോളജീയമല്ല. കാരണം:

എ. ഒരു ചതുരക്കട്ടയ്ക്ക് വശങ്ങളുണ്ട്; ഗോളത്തിനില്ല.

ബി. ഗോളത്തിന്റെയോ ചതുരക്കട്ടയുടെയോ മുകളിൽ ഒരു സംവൃത വക്രരേഖ വരയ്ക്കുക. അതിൽക്കൂടെ മുറിച്ചാൽ ഈ രണ്ടു രൂപങ്ങളും രണ്ടു കഷണങ്ങൾ വീതമാകും. എന്നാൽ വളയത്തിന്റെ കാര്യത്തിൽ അതിനെ മുറിച്ചാൽ ഒരു കഷണം തന്നെയേ ലഭിക്കൂ.

ഒരു വസ്തുവിന്മേൽ അതിനെ രണ്ടായി മുറിക്കാത്ത തരത്തിൽ വരയ്ക്കാവുന്ന ഇത്തരം വക്രരേഖകളുടെ എണ്ണവും ഒരു ടോപോളജീയ ഗുണവിശേഷമാണ്. ഇതിനെ വസ്തുവിന്റെ സംബദ്ധതാങ്കം (ഓർഡർ ഓഫ് കണക്ടിവിറ്റി) എന്നു പറയുന്നു.

ഒരു ഗോളത്തിന്റെ മുകളിൽ നമുക്ക് ഇത്തരം ഒരു രേഖയും വരക്കാൻ സാധ്യമല്ല. അതിനാൽ അതിന്റെ സംബന്ധതാങ്കം പൂജ്യമാണ്. നേരെമറിച്ച് ഉള്ളുപൊള്ളയായ ഒരു വളയത്തിന്മേൽ (ടോറസ്, വൃത്തജവലയം) നമുക്ക് ഇത്തരം രണ്ടുതരം രേഖകൾവരെ വരക്കാം.

മുകളിൽ രണ്ടാമത്തെ ചിത്രത്തിൽ കാണിച്ചപോലെ ഒരു ഗോളത്തിന് നാം ഒരു പിടി ഘടിപ്പിക്കുകയാണെന്നിരിക്കട്ടെ. ഇപ്പോൾ ഇത് ടോപോളജീയമായി വൃത്തജവലയം തന്നെയാണ്. അതിനാൽ അതിന്റെ

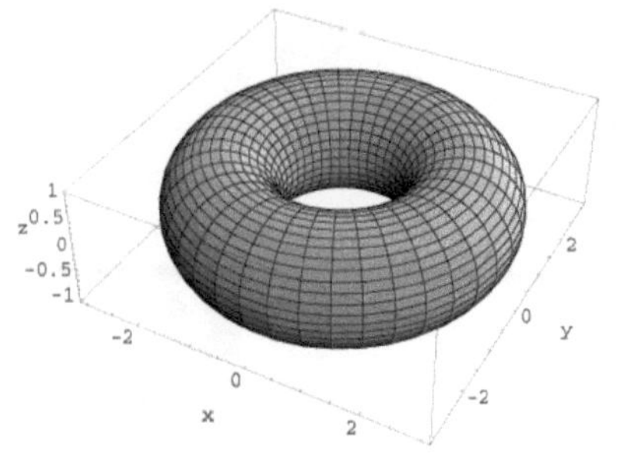

ടോറസ്

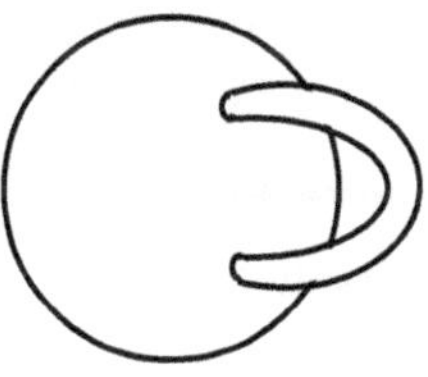

കണക്ടിവിറ്റി പൂജ്യത്തിൽനിന്ന് രണ്ടാകുന്നു. ഈ പ്രതലത്തിന്റെ വംശം (ജീനസ്) ഒന്നാണെന്നു പറയുന്നു (അതല്ലെങ്കിൽ ഈ വസ്തുവിനെ ടോറസിന്റെ വംശത്തിൽ പെട്ടതാണെന്ന് മലയാളത്തിൽ പറയാം!)

ലോബാഷേവ്സ്കിയുടെ ഭാഷയിൽ ഓരോ പ്രതലവും സമഷ്ടിയെ ഛേദിക്കുന്നു. ഇത് നമ്മുടെ മറ്റൊരു സങ്കൽപ്പവുമായി ബന്ധപ്പെട്ടിരിക്കുന്നു. പ്രതലങ്ങൾക്ക് രണ്ടു വശങ്ങളുണ്ടാവും - അകവും പുറവും. ഇവയെ നമുക്ക് വ്യത്യസ്ത നിറങ്ങൾ കൊടുത്ത് വേർതിരിച്ചറിയാനും സാധ്യമാണ്.

എന്നാൽ ഒരുവശം മാത്രമുള്ള പ്രതലങ്ങളുണ്ടെന്നും നമുക്കു കാണാം. രണ്ടുവശത്തും വ്യത്യസ്ത നിറങ്ങൾ ഉള്ള ഒരു നാടയെടുക്കുക. അതിന്റെ രണ്ടറ്റങ്ങളും കൂടി തുന്നിയാൽ നമുക്ക് രണ്ടു വശങ്ങളുള്ള വളയരൂപത്തിലുള്ള ഒരു നാട ലഭിക്കുന്നു. വ്യത്യസ്ത നിറങ്ങൾ ഈ രണ്ടു വശങ്ങളും തിരിച്ചറിയാനും സഹായിക്കുന്നു.

എന്നാൽ ഒന്നു പിരിച്ചതിനുശേഷം നാം രണ്ടറ്റങ്ങളും കൂട്ടിത്തുന്നുകയാണെന്നിരിക്കട്ടെ. നമുക്കു കിട്ടുന്നത് ഒരുവശം മാത്രമുള്ള ഒരു നാടയായിരിക്കും. (അതിന്റെ പകുതിഭാഗം ഒരു നിറവും മറ്റേ പകുതി വേറൊരു നിറവുമായിരിക്കുമെന്നു മാത്രം). അതിനെ മുറിക്കാതെ അതിന്റെ പിരിവ് നിവർത്താൻ സാധിക്കയില്ല. ഇങ്ങനെ ലഭിക്കുന്ന നാടയുടെ വളയത്തെ മോബിയസ് നാട (മോബിയസ് ബാന്റ്) എന്നു പറയുന്നു. ക്ലെയിൻകുപ്പി (ക്ലെയിൻ ബോട്ടിൽ) പോലെ അകവശമില്ലാത്ത മറ്റു രസകരമായ വസ്തുക്കളും ടോപോളജിയിൽ പഠനവിധേയമാക്കിയിട്ടുണ്ട്.

യൂക്ലിഡിന്റെ ജ്യാമിതിയെ നിർവചിച്ചപോലെ നമുക്ക് ടോപ്പോളജി

മോബിയസ് ബാന്റ്

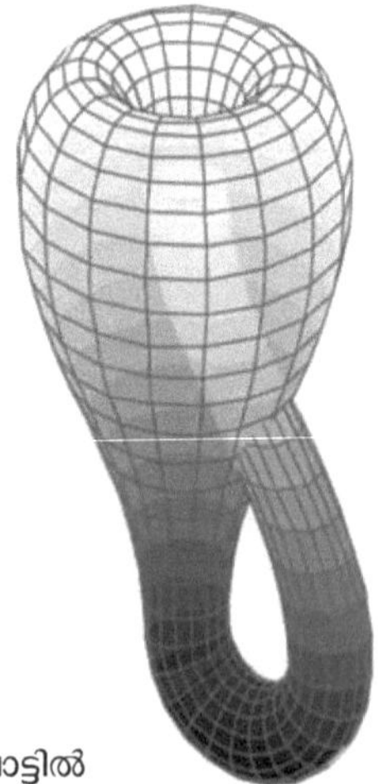
ക്ലെയിൻ ബോട്ടിൽ

യേയും നിർവചിക്കാം: "ടോപോളജീയമായി അചരങ്ങളായ ഗുണവിശേഷങ്ങളുടെ പഠനമാണ് ടോപോളജി."

ടോപോളജിയിൽ പഠനത്തിന് പ്രധാനമായും രണ്ടു സമീപനങ്ങൾ ഉണ്ട്. സഞ്ചയവിന്യാസ (കോമ്പിനേറ്റോറിയൽ) രീതിയും ഗണസിദ്ധാന്തത്തിന്റെ അടിസ്ഥാനത്തിലും. ആദ്യത്തേതിന് ഓയ്‌ലറുടെ കാലത്തോളമെങ്കിലും പഴക്കമുണ്ട്. ടോപോളജിയിലെ ആദ്യത്തെ പ്രശ്നം ആലേഖസിദ്ധാന്തത്തിലെ (ഗ്രാഫ് തിയറി) പ്രസിദ്ധമായ കോണിഗ്സ്ബർഗ് പാലത്തിന്റേതു തന്നെയാണ്. ആദ്യത്തെ പ്രമേയം (തിയറം) ആകട്ടെ ഗ്രാഫ് തിയറിയിലെ ചുവടെ കൊടുക്കുന്ന ഓയ്‌ലർ സൂത്രവാക്യമാണ്.

'ഒരു ഉന്നല ബഹുഫലകത്തിന്റെ (കോൺവെക്സ് പോളിഹെഡ്രൻ) ശീർഷകങ്ങളുടെ എണ്ണം α_0 ഉം, അരികുകളുടെ എണ്ണം α_1 ഉം, പാർശ്വങ്ങളുടെ എണ്ണം α_2 വുമാണെങ്കിൽ,

$$\alpha_0 - \alpha_1 + \alpha_2 = 2.$$

ഈ ബന്ധം ടോപോളജീയമാണ്. കാരണം ടോപോളജീയ രൂപാന്തരണങ്ങളിൽ ഇത് അചരമാണ്. (ഈ സൂത്രവാക്യം ഡെക്കാർത്തെക്കും അറിയാമായിരുന്നതാണ്.)

ഓയ്‌ലർക്കുമുമ്പ് തന്നെ ലീബ്നിസ് ജ്യാമിതിയോടുള്ള ഈ പുതിയ സമീപനത്തിന്റെ ആവശ്യകത മനസിലാക്കിയിരുന്നു. ഒരുപക്ഷേ സ്ഥലമിതിക്കു സമാനമായ 'ജ്യോമട്രിയ സിറ്റസ്' എന്ന പദം രൂപപ്പെടുത്തി

ഓയ്‌ലർ

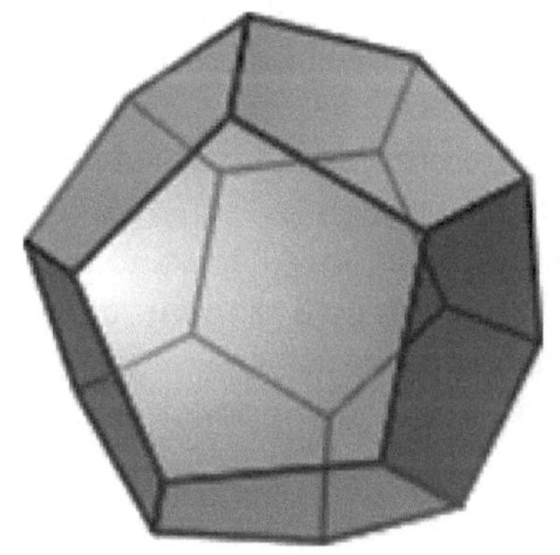
പോളിഹെഡ്രൻ

യതു തന്നെ അദ്ദേഹമാണ്. മറ്റൊരു ഗണിതശാസ്ത്രജ്ഞനായിരുന്ന ഹൂജിൻസിന് 1679 ൽ എഴുതിയ ഒരു കത്തിൽ നിർദേശാങ്ക ജ്യാമിതിയെക്കുറിച്ചുള്ള തന്റെ വിമർശനങ്ങളും അളവുകളിൽനിന്ന് കഴിയാവു

ന്നിടത്തോളം മുക്തമായ, രൂപത്തിനു തന്നെ പ്രാധാന്യം നൽകുന്ന ഒരു ജ്യാമിതിയുടെ ആവശ്യവും അദ്ദേഹം എടുത്തു പറഞ്ഞിരുന്നു. ഓയ്‌ലർ സൂത്രവാക്യത്തെക്കുറിച്ച് ഡെക്കാർത്തെയിൽനിന്ന് ലീബ്നിസിനും അറിയാമായിരുന്നു.

ലീബ്നിസിന്റേതിനു സമാനമായ ആശയങ്ങൾ ഗൗസും പ്രകടിപ്പിച്ചിരുന്നു. അദ്ദേഹത്തിന്റെ വിദ്യാർഥിയായിരുന്ന ജോഹാൻ ബി ലിസ്റ്റിങ്ങാണ് ടോപോളജി എന്ന പേര് അവതരിപ്പിച്ചതും ഈ വിഷയത്തിൽ ആദ്യമായി ഗൗരവമായ പഠനങ്ങൾ നടത്തിയതും. നേരത്തെ പരാമർശിച്ച മോബിയസ് നാട ലിസ്റ്റിങ്ങും സ്വതന്ത്രമായി കണ്ടെത്തിയിരുന്നു.

ടോപോളജീയമായി കരുതപ്പെടുന്ന മറ്റൊരു പ്രശ്നമാണ് ഭൂപടങ്ങൾക്ക് വർണം കൊടുക്കുന്നത്. അടുത്തടുത്തുള്ള സ്ഥലങ്ങളെ വേർതിരിച്ചു കാണിക്കുവാൻ പരമാവധി നാലു നിറങ്ങളെ ആവശ്യമുള്ളു എന്ന് ആദ്യം നിർദേശിച്ചത് ഫ്രാൻസിസ് ഗത്രി (1852) ആണ്. അദ്ദേഹത്തിന്റെ സഹോദരൻ ഫ്രെഡറിക് ഇത് ഡിമോർഗനെ അറിയിച്ചു. ഇത് ആദ്യമായി തെളിയിക്കാൻ ശ്രമിച്ച് പരാജയപ്പെട്ടത് കെയ്‌ലിയായിരുന്നു. തികച്ചും താത്വികമായി ഇന്നും തെളിയിക്കപ്പെടാൻ കഴിയാതെ കിടക്കുന്ന ഒരു പ്രശ്നമാണ് ഇത്.

ടോപോളജി ജ്യാമിതിയുടെ ഒരു ഭാഗമാണെങ്കിലും ഇതിനും വിവിധ ശാഖകളുണ്ട്. ഗണസിദ്ധാന്തത്തിന്റെ ആവിർഭാവത്തോടെ ഗണങ്ങളുടെ ടോപോളജീയ പഠനം ആരംഭിച്ചു. ബീജഗണിതം ഉപയോഗിച്ചും കലനമുപയോഗിച്ചും ഉള്ള ടോപോളജീയപഠനങ്ങളും വളരെ പ്രാധാന്യമർഹിക്കുന്നു (ആൾജിബ്രയിക്ക് ടോപോളജി, ഡിഫറൻഷിയൽ ടോപോളജി).

അങ്കഗണിതവും ജ്യാമിതിയും കഴിഞ്ഞാൽ ഏറ്റവും പഴക്കമുള്ള ഒരു ഗണിതശാസ്ത്രശാഖയാണ് ബീജഗണിതം അഥവാ ആൾജിബ്ര. എന്നാൽ കാലപ്രവാഹത്തിൽ ഇത്രമാത്രം പരിണാമവിധേയമായിട്ടുള്ള ഒരു ഗണിതശാസ്ത്രശാഖയില്ലെന്നു പറയാം. ആദ്യകാല ബീജഗണിതത്തിനും ആധുനിക ബീജഗണിതത്തിനും പൊതുവായുള്ള ഒന്ന് ഒരു പക്ഷേ ഇവ രണ്ടും സംഖ്യ, രൂപം തുടങ്ങിയ ഗണിതശാസ്ത്രവിഷയങ്ങളെക്കുറിച്ചുള്ള മനുഷ്യഭാവനയുടെ ഉൽപ്പന്നങ്ങളാണെന്നതുമാത്രമാണ്. അതിനാൽ തന്നെ ഇത് സമകാലിക ഗണിത ശാസ്ത്രത്തിന്റെ കൂടെ മറ്റൊരുഗ്രന്ഥത്തിൽ പ്രതിപാദിക്കാമെന്നു കരുതുന്നു.

9 789382 328322

Printed by Libri Plureos GmbH in Hamburg,
Germany